యీ యిరువురు సోదరిణులు, ఆస్థాన కళాకారిణిలు ఉన్నది చారిత్రకాదారము. గనుక క్షేత్రయ్య గ్రంధములో వీరందరినీ పేర్కొంటూ ముచ్చటగా ముగించాను.

ఆంధ్రనాట్య లోకమా స్వీకరించండి.

కృతజ్ఞతాంజలి

50 సంవత్సరాల క్రిందట మువ్వను నాకు పరిచయము చేసిన పూజ్యులు కీ॥శే॥ పితృసమానులు **శ్రీ విస్సా అప్పారావు** గారు వారికి అంజలి ఘటిస్తున్నాను.

మువ్వలోని గోపాలుని ఆలయాభివృద్ధికి,

మువ్వ గోపాల పదాల ప్రచారానికి నిరంతరము కృషిచేస్తున్న

శ్రీయుతులు శ్రీ వేమూరి సుందరరామయ్య, మండవ జానకి రామయ్య, మండవ నాగేశ్వర్ రావు, బొప్పన నరసింహారావు (బుజ్జి) గార్లకు కృతజ్ఞతలు తెల్పుతున్నాను.

హైదరాబాద్ - 20
తేదీ: 28-02-2002

-నటరాజ రామకృష్ణ

మువ్వ

400 సంవత్సరాల క్రిందట మా గ్రామము, కు గ్రామము గాదు శ్రీమంతులు భూస్వాములు, దైవజ్ఞులతో కళకళలాడుతుండేది, మా గ్రామం గ్రామం మధ్యలో గోపాలుని ఆలయముంది ఆలయానికి ప్రక్కగా ఒక కొలను ఉంది కొలనులో పూచే తామరలతో పూజ చేయుటకు, పూచిన తామరలు రెండు పూజారి గార్కి ప్రతి ఉదయం సమర్పిస్తుంటాము

మా గ్రామానికి పొలిమేరలో కళాకారుల గ్రామముంది, ఆ గ్రామంలో ప్రతినిత్యం ఉదయం మృదంగ నాదము, మువ్వల సవ్వడులు, చెవులకు విందుగొల్పే సంగీతము వినిపించేది

ప్రతి ఉదయం వినిపించే 'అల్గోజా' వాయిధ్యము నా కళా హృదయాన్ని తట్టి లేపేది

ఆ గ్రామము పేరు సానెంపాడు

ఆ ఊరు నిండా గుడిలో నాట్యము చేసేవారు ఉన్నారు ఆ సంగీతము నన్ను ఎంతగానొ ఆకర్షించేది అప్పుడప్పుడు ఆ గ్రామములోనికి వెళ్లి, వారు చేసే నాట్యము చూసేవాణ్ణి ఆ గ్రామ స్త్రీలు అప్సరసలుగా నాకు కనిపించారు

మువ్వకు కొద్ది దూరంలో శ్రీకాకుళం ఆంధ్రవిష్ణు ఆలయం ఉంది అది చాలా పెద్ద దేవాలయం ఆ దేవుడు చాలా ప్రసిద్ధి చెందాడు శ్రీ కృష్ణ - దేవరాయలంతటి వాడు ఆ దేవుని జూచి తరించాడు దానికి కొంత దూరంగా ఘంటసాల వుంది

అది ఒకప్పుడు గొప్ప బౌద్ధక్షేత్రం కాని నా కాలానికి పూర్వపు ప్రతిభను గోల్పోయింది ఒక పెద్ద మట్టి దిబ్బగా మిగిలింది

ఆ రోజు ముక్కోటి ఏకాదశి-

పుణ్యస్త్రీలు రెండు ఎడ్లగూడు బండ్లు కట్టుకొని ఆ దేవుని పూజించడానికి వెలుతున్నారు కొన్ని వందల ఎడ్ల బండ్లు కృష్ణా నది వద్ద ఆగినవి పుణస్త్రీలు నదిలో స్నానం చేసి పొడి బట్టలు కట్టుకొని దైవ దర్శనం చేస్తున్నారు

ఆ రోజు సాయంత్రం మా ఊరి పక్కనున్న కళాకారుల వూరి నుండి నగరాజకుమారి, సరసీరుహం వచ్చి -

అక్కడ మంటపంలో నాట్యం చేశారు

'సావిరహే తవ దీన కృష్ణా
సావిరహే తవ దీనా"
పాడుతూ ఆడారు

మరునాడు తెల్లవారు వరకు వారు నాట్యం చేశారు

వచ్చిన భక్తులు దీక్షగా చూస్తున్నారు తెల్లవారింది హారతి పాడారు మంగళహారతి నిచ్చారు

"దేశం తెనెలాలికే తెలుగు భాషను మాట్లాడే తెనుంగుల దేశం పాట సంస్కృతంలో చక్కగా పాడారు ముచ్చటగా ఆడారు ఆ పాల ఎంతో హాయిగా వినిపించింది అదే తెనుగులో ఉంటే, ఎంత బాగుండును - అందరికీ పూర్తిగా అర్థమయి ఇంకా ఎంతో ఆనందించేవారు గదా!"

అని అనుకుంటూ మువ్వకు తిరిగి వస్తున్నాను మా గోపాలునికి ఆ ఉత్సవాలు - ఆ వేడుకలు ఆ జన సందోహము లేక మా గ్రామము చిన్నబోయినట్లనిపించింది

నాతొ పాటే నర్తకీమణులు నగరాజతనయ సరసీరుహం మేళ, తాళముల వారితో కలిసివస్తున్నారు నేను వారి వయస్సు వాణ్ణే - అయినా వారిని అభినందించాలని బుద్ధి పుట్టింది వారికి ఎదురుగా వెళ్ళి

"ఏమండీ ! మీ నాట్యము చాలా బాగుంది పాట బాగుంది అలంకరణ బాగుంది మీరు ఆ స్వర్ణాభరణాలతో శ్వేత వస్త్రాలతో నర్తనమాడుతుంటే పాల సంద్రంలో లక్ష్మీ, సరస్వతుల్లా ఉన్నారు" అన్నాను

నగ రాజకుమరి - ముసి ముసి నవ్వులు నవ్వుతూ నన్ను జూచి నిలబడింది

"అక్కా పిట్టకొంచెం కూత ఘనం" అని ఫక్కున నవ్వింది సరసీరుహం

"మీరు తెలుగులో పాడితే ఇంకా ముచ్చటగా ఉండేది" అన్నాను

"మీరు రాస్తే పాడుతాము లెండి" అని మళ్ళీ నవ్వింది సరసీరుహం

"మరి మువ్వగోపాలుని ఆలయంలో ఎప్పుడు నాట్యం చేస్తారు" అని మరల అడిగాను

"నీవు పదాలు రాసినపుడు అభినయిస్తాను" నగరాజు తనయ తన మౌనం మాని మాట్లాడింది

అందరము మా మా గ్రామాలు చేరుకున్నాము

X X X

ప్రతిరోజు లాగే ఆ రోజూ తెల్లవారింది ప్రకృతి విరియబూచింది కొలనులోని తామరలు వికసించాయి యధా ప్రకారము నేను రెండు పూవులు కోసుకొని మువ్వగొపాలుని ఆలయంలోనికి వెళ్లాను గోపాలుని పూజకు తామరలు సమర్పించాను పూజారి పూజ ముగించి స్వామికి హారతి ఇచ్చాడు ఖండ శర్కర నైవేద్యము నాకు ప్రసాదము పెట్టాడు ఆయన తన విధులు ముగించుకొని ఇంటికి వెళ్లాడు నేను అక్కడే ఒంటరిగా ఆ స్వామిని తలచుకొంటూ కూర్చున్నాను

ముక్కోటి ముచ్చట్లు నా యెదలో మెదలజొచ్చినవి నిన్నటి ఉదయము ఆ కళాకారులు అన్న మాటలు జ్ఞాపకం వచ్చాయి

అచ్చ తెనుగులో అందరికీ అర్థమైన భాషలో పాటలు వ్రాయాలి మానవుల హృదయ స్పందనను చిన్ని చిన్ని మాటల్లో పొందుపరచాలి ఆ మాటలు పాటలవ్వాలి మా మువ్వగోపాలునికి అంకిత మివ్వాలి - దేశం ఏదయినా, తీరం

ఏదైనా, భాష ఏదయినా, కళాకారులు ఎవరైనా - నా భావ వర్ణనలకు స్పందించాలి సమ్మోహితులవ్వాలి ఆ పాటలు ప్రతి సంగీతజ్ఞుడూ పాడాలి ప్రతి నర్తకీ ఆడాలి, అభినయించాలి, ప్రతి రసిక హృదయుడు ఆనందించాలి, అభినందించాలి

తెలుగు భాష వున్నంత కాలం నా పాటలు, పదాలుగా జీవించి వుండాలి ప్రతీ కాళాకారుని నోట మువ్వ గోపాలుడు స్మరింపబడాలి అట్టి రస నిలయాలైన రచనలు చేయాలి మా మువ్వలోనే కాదు దేముడున్న ప్రతి దేవాలయంలో మువ్వగోపాల పదాలు ప్రతిధ్వనించాలి

ప్రతి రాజదర్బారులో పండితులు, విధ్వాంసులు. శాస్త్రవేత్తలు కవులు గాయకులు భేష్ అని మెచ్చాలి అలాంటి రచనలు చేయాలి

ఇలా తలుచుకుంటూ ఆ ఆలయంలో కూర్చున్నాను సంకల్పం మంచిదే కాని వ్రాయడమేలా?

దానికి భాష కావాలి - శాస్త్రాలు చదవాలి సంగీతం అభ్యసించాలి అభినయ శాస్త్రం లోతులు తెలుసుకోవాలి మానవ హృదయాన్ని తెరిచి చూడాలి నాడు గాని అలాంటి మాటలు పాటలుగా వ్రాయగలను

ఇలాగే ఆలోచించాను అంతటితో నిలువక ఆలోచనలను ఆచరణలో పెట్టాను

X X X

కొంత కాలం గడిచింది హృదయ భాష నా ఎదుట నిలిచింది అలంకారాది శాస్త్రాల అర్థం తెలుసుకున్నాను - ఛందస్సు నా చెంత చేరింది రాగాలు నాలో రూపు దిద్దుకొన్నాయి రస శాస్త్రంలోని నాయికలు నా కనుల ముందు కదలజొచ్చారు అది రసలోకము అది వేరొక లోకము ఆ లోకములో పయనించ మొదలుపెట్టాను ఎప్పుడు? నీవెప్పుడు? మమ్మల్ని రూపొందిస్తావు? మేము నీ ఊహ కన్యలుగా నిలిచిపోవలసిందేనా? లేక గాయకుల కంఠముల ద్వారా

లోకమునకు తెలియపరుస్తావా? అని తొందరపెట్టారు 'మమ్మల్ని ఎలా వివిధ నాయికల్లో తీర్చిదిద్దుతావు'' అని వివిధ రాగ - రాగిణులు ముచ్చటగా ముందు నిల్చి ప్రశ్నించాయి సప్తతాళాలు'' ఎవరెవరిని ఎన్నుకొంటావో ఎన్నుకో'' అని తియ్యగా ధ్వనించాయి కైశికీ వృత్తి ''నన్నొకర్తినే సుమా ఎన్నుకోవాలి, ఆరభటి, భారతి, సాత్వతి - ఎవ్వరైనా సరే నాలో ఛాయలై నాలో యిమిడిపోవాలి అని గట్టిగా పలికింది నవరసములు దశావస్థలు ముప్పది మూడు సంచారులు, నాయికా, నాయకులు, వారి వ్యాపారాలు చేష్టలు, యిలా వివిధ శాస్త్ర విషయాలు అన్ని అవగాహనమైనాయి నాలో ఏదో ఒక సంచలనము తీరని అశాంతిని రేపెట్టినవి ప్రతి నిత్యము నేను చూచే నా గోపాలుడు - వివిద కాంతులతో వివిధ రూపములలో దర్శనమిస్తున్నాడు

అప్పుడు అర్థరాత్రి ఆనాడు పౌర్ణమి ఆలయంలో ఒంటరిగా తాళపత్రములతో చెత ఘంటముతో గుడిలోనికి వచ్చాను అనుకోకుండానే నా కంఠము ఆలపించింది అది ఆనందభైరవి రాగమయింది

గోపాలుని ధ్యానిస్తున్నాను

ఈ విధంగా ఈ పదం వెలువడింది - ఆది తాళములో

''శ్రీపతి సుతుబారికి నేనోపలేక నిను వేడితే కాపాల? మువ్వగోపాల?'' అంతటితో ఆగిపోయింది నా చేతి ఘంటము

అక్కడే అలాగే స్వామి సన్నిధిని వ్రాయడము మానేసి మైమరిచి నిద్రపోయాను

హంసల దీవి

ఎంత చక్కని పేరు

కృష్ణవేణి సముద్రంలో కలిసిపోయే కరిగిపోయే స్థలమిది

ఏ మహనీయుడు ఈ పేరు పెట్టాడో ఈ స్థలానికి, శరత్ ఋతువులో, ఆ చల్లని వెన్నెల కాంతిలో ఆ సంగమ తీరానికి రాజహంసలు హిమాలయ ప్రాంతం నుండి వచ్చి విహరించేవేమో?

నవ ప్రేమికులు, యువ ప్రేమికులు జంటలు జంటలుగా వచ్చి తమ హృదయాలలో మూగగా దాగియున్న తమ ప్రేమనంతయూ గీతాలుగా గానం చేసేవారేమో?

పొన్నలు, - పొగడలు - కుప్పలు, కుప్పలుగా ఆ ప్రేమికులపై వర్షించినావేమో, సన్నజాజులు - మల్లెలు. మాలలుగా కట్టి ఆ గ్రామ స్త్రీలు ప్రేమికుల జంటకు అమ్మగా అవి వారుకొనుక్కొని - ఆ ప్రియుడు తన ప్రేయసి తలలో తురిమి, ఆమె అందాన్ని తనివి తీరా గ్రోలి ఆనందించే వాడేమో!

ప్రకృతి అంతా సువాసనలతో నిండి మన్మధునికి ఆడుకునే - యుద్ధభూమిగా వుండినదేమో!

ఈ విధంగా పలు తీరుల ఆ ప్రాంతాన్ని గూర్చి వర్ణించుకొని స్వామిని దర్శించి - అక్కడ నుండి నంగిగడ్డ గ్రామం గుండా పయనించాను నంగిగడ్డ లాస్య నర్తకుల నిలయం ఒకప్పుడు అన్ని ఊర్లలాగా ఇది ఒక సామాన్య గ్రామం. కొన్ని సంవత్సరాల క్రింద ఆనెగొందె సంస్థానం నుండి ఇక్కడకు కొన్ని కళాకారుల కుటుంబాలు వచ్చి స్థిరనివాసం ఏర్పరచుకున్నారు వీరు భరతవిద్యలో, అభినయ శాస్త్రంలో నిష్ణాతులట వారి పూర్తి విద్యా ప్రదర్శనం చూడలేక పోయిననూ

సాధనాక్రమము తిలకించాను వారు ఆనెగొందె నుండి వచ్చిననూ, మా మువ్వ వద్ద ఉన్న కళాకారుల పద్ధతి, వీరి పద్ధతి ఒకే రీతిగా వుండింది అనెగొందె-మువ్వ దూరప్రాంతాలైననూ, - ఒక ప్రాంతంతో మరొక ప్రాంతానికి సంబంధం లేక పోయిననూ భరతవిద్య ఒకే రీతిగా ప్రచారంలో వుండుట ఆశ్చర్యం కలిగించింది.

ద్రవిడం

రాజమహేంద్రవరమును రాజరాజ నరేంద్రుడు పాలించిన కాలంలో కొన్ని వందల ద్రవిడ బ్రాహ్మణ కుటుంబాలు ఆంధ్రకు వలస వచ్చినవట వారు గోదావరిమండలం సాగరసీమలో స్థిరపడినారు వారు వేదపండితులు, వైదికము, ఆయుర్వేదము, సంగీత కళలందు నిష్ణాతులు నృత్య అభినయ కళలకు ఆ ప్రాంతంలో అభివృద్ధికి వారు ఎక్కువగా దోహదము చేకూర్చారు వారిదొక ప్రత్యేక బాణి నృత్త, నృత్యాలను వారు - అభిమానించిననూ - ప్రత్యేకంగా సంస్కృతం, అభినయ కళలను వారు పెంపొందించారు గీత గొవిందం, శంకరుని అమరుకము, పుష్ప బాణ విలాసం, కృష్ణ కర్ణామృతము ఇంకా ఎన్నో సంస్కృత కావ్య ప్రబంధాలకు ఎక్కువగా ఆ ప్రాంతంలో ప్రచారం వుండేది ఆడే నర్తకి పాడాలి అభినయం చేయు నర్తకి శాస్త్ర పరనం చేయాలి పంచకావ్యాలు చదువుకొననిది అర్హురాలు కాదు నాట్యానికి వీరిలో మరొక అభిప్రాయముండేది అది తాండవ - లాస్యాలకు వ్యాఖ్యానం నర్తకి సభలో కూర్చొని రసభావాలు ముఖరాంగంతో ప్రదర్శించడం లాస్యము నిలబడి తాళ-లయల ననుసరించి హస్త పాద విన్యాసాలు చేయడం తాండవం అందువీరు ఎక్కువగా అభిమానించిన కళ లాస్యం దీనినే "శుద్ధ - సాత్విక" మనే వారు

ఈ ప్రాంతమువారి విద్యావికాసము తెలుసుకోగోరి - ఈ ప్రాంతంలో పర్యటించాను గోదావరి నదిని దాటి వెళ్ళి - ముందుగా 'ర్యాలి' క్షేత్రాన్ని సందర్శించాను ఈ ఆలయంలోని దేవుడు "జగన్మోహినీ కేశవమూర్తి" ఈ స్వామి పూజలో పాల్గొన్నాను

విష్ణు పూజ రెండు విధములుగా వుంది వైఖానసము - పాంచరాత్రము, ఆధారములు ఇచ్చట వైఖానస పద్ధతిలో ఆరాధన జరుగుతున్నది అవి పర్వదినములు గుడిలో జరిగే వివిధ సంబరములు ఆరాధనా విధానములు అన్నీ తిలకించి, అవగాహన చేసుకున్నాను

నేనొక యాత్రికున్నని గ్రహించి నన్ను ఆ ఊరివారెంతో ఆదరించారు అక్కడ మోహినీకేశవుని సేవలో జరిగే నృత్య పూజ తిలకించాను ఈ మూర్తి ఒక అద్భుత శిల్పకళాసృష్టి స్వామిని ఎదురుగా చూస్తే పురుషమూర్తి - వెనుక స్త్రీ మూర్తి

అన్నమయ్య తిరుపతి వెంకన్న భక్తుడు వెంకన్నపై కొన్నివేల సంకీర్తనలు రచించాడు సంకీర్తన సంప్రదాయం అతని వల్లనే దేశంలో రూపొందింది

దేవుని మేల్కొలుపు మొదలు - దినములో జరిగే వివిధ పూజల్లో పాడే గీతములు - పవ్వలింపు సేవలో ప్రత్యేక గీతములు అతడు రచన చేశాడు ఆ సంకీర్తనలు కొన్ని ఆలయములో పాడగా, - అభినయించగా చూచాను అన్నమయ్య పాటలు ముఖ్యముగా సంకీర్తనలు గనుక భక్తులు బృందగానముగా పాడుకొనుటకు ఎక్కువ అనుకూలమని గ్రహించగలిగాను

అప్పుడు నేనింకా యువకున్ని దేశాటన జేసి పండితులను దర్శించి వివిధ శాస్త్రములు తెలిసికొను ఉత్సాహవంతుణ్ణి అని తెలిసికొని ఆ ఊరి వేద పండితులు నాకొక ఒంటెద్దు కచ్చడము కట్టించి "పలివెల" గ్రామం పంపించినారు పలివెలలో కొప్పేశ్వర ఆలయము ఉంది అది ప్రసిద్ధ శివాలయము ఆ శివునికి కొప్పు మొలచి ఉంది అందుకొక చిత్రమైన కథ చెపుతారు

ఆ ఆలయంలో ఒక పూజారి - యువకుడు ఉండినాడట ఆ ఆలయంలో ఒక అందమైన అమ్మాయి నాట్యం చేసేదట ఆమెను అతడు ప్రేమించాడు - ఆ ప్రేమ ఎంతవరకు వచ్చిందంటే ప్రతి నిత్యం దేవుని అలంకరించే పూలమాలలతో ముందుగా ఆమె శిరోజాలను అలంకరించి, తనివితీరా సౌందర్యాన్ని ఆస్వాధించి, అటుపై శివుణ్ణి అలంకరించేవాడట తమకు ఆ భాగ్యము, ఆసౌఖ్యము లభించలేదు కనుక ఆ ఊరి పండితులు కొందరు ఆ ప్రాంతం రాజుకి ఈ విషయం తెలిపారట నిజం తెలుసుకొనవలెనని ఆ రాజావారు పూజారిని పిలిచి అడిగారట ఇంత దూరం వస్తుందని అనుకొనని ఆ పూజారి గడగడవణికి, "ప్రభో మన శివునికి కొప్పు మొలిచింది అందులోనిది, అతనికి అర్పించిన మాలలోనిది ఈ వినీల కుంతలం" అన్నాడట

రాజు ముసి ముసి నవ్వులు నవ్వి ఎడమ చేతితో కుడి మీసం మెలివేసి "పూజారి గారూ! రేపు ఉదయం దేవాలయం సందర్శించి స్వామి కొప్పును చూస్తాము" అని ప్రసన్నవదనముతో తన కోర్కెను తెలిపారట

పూజారి ఇంటికి వచ్చి - తన తప్పుకు లెంపలు వేసుకొని స్వామి! దేవ దేవా! పరమశివా! పార్వతీశా! నీవే నన్ను కాపాడాలి అని ప్రార్థించాడటా

మరునాటి ఉదయం రాజుగారు ఆలయం సందర్శించేటప్పటికే ఆ శివునికి కొప్పు మొలిచివున్నదట

శివుడు దయామయుడు కదా!

భక్తులను కాపాడేవాడు ఆ పూజారిని కాపాడాడు

నాటి నుండి ఆ ఈశ్వరుడు కొప్పేశ్వరుడిగా భక్తుల - పూజలందుకొంటున్నాడు ఆ గుడిలో సంధ్యా సమయంలో జరిగిన నృత్యకేళిక చూచాను ఇది నృత్త, నృత్య ప్రాధాన్యత కల్గినట్టిదని గ్రహించాను అందుకేనేమో పండితులు శాస్త్రవేత్తలు - శివుడు నర్తన ప్రియుడు, విష్ణువు అభినయ ప్రియుడు అన్నారు గుడిలో నర్తన పూజకు అంకితమైన నర్తకీమణులకు, అర్చించే అర్చకులకు, ఆ నాటికే ప్రేమానురాగాలు ముదిరినవని గ్రహించాను

అక్కడ నుండి అంతర్వేది నృసింహక్షేత్రం దర్శించాను కృష్ణవేణి - హంసల దీవిలో సముద్రములో కలిసిపోయినట్టే పవిత్ర గోదావరి పాయ ఒకటి అంతర్వేది క్షేత్రములో సముద్రములో ఐక్యమవుతుంది శివారాధనలో శైవము, వీరశైవములున్నట్లే - విష్ణు పూజా విధానంలో వైష్ణవము, వీర వైష్ణవము, విభాగాలుగానున్నవని చెప్పవచ్చును విష్ణువుని పార్థసారథిగా, మాధవుడిగా, జనార్దనునిగా పూజించుట ఒక పద్ధతి, నృసింహస్వామిగా ఆరాధించుట వీరవైష్ణవ పద్ధతి అని చెప్పవచ్చును తెలుగునాట ప్రతి కొండ గుహలోను, గుట్టలపై విపరీతముగా నృసింహునికి క్షేత్రములు వెలసినవి, దీనికి కారణం ఏమిటా అని ఆలోచించినాను శ్రీశైలము అడవుల్లో ఆహోబిల క్షేత్రముంది అక్కడ నరసింహుని క్షేత్రముంది అక్కడే హిరణ్యకశ్యపుని మహావిష్ణువు నరసింహ రూపంలో

సంహరించాడు అంతకు పూర్వం హిరణ్యకశ్యపునికి వరాలిచ్చాడు తానర్చించిన దేవుడు, మనిషి గాని, మృగం గాని, సంహరించలేదు. భూమిపై, ఆకాశంపై, పగలు గాని, రాత్రి గాని తనని ఎవరూ చంపలేరు. ఇలా ఎన్నో వరములు పొందాడు. అందువల్ల అసుర సంధ్యవేళ - సంగం మనిషి. సగం మృగం రూపంలో విష్ణు దేవుడు వచ్చి హిరణ్యకశ్యపుని సంహరించినాడు

ఈ కథ చిన్నప్పుడు చెంచు భాగవతులు ఆడగా చూచాను. నరసింహుడు తన ఉగ్రరూపంలో ఆ అడవుల్లో పరుగెడుతున్నాడట చీకటి పడుతోంది. చెంచుల కోనలో ఒక చెంచుల జవ్వనిని జూచాడు. అంతే ఇంకేముంది. ఆ కోపం ఎగిరిపోయినది. ఎప్పుడో మాయమయినది. ప్రేమ కలాపంలో పడినాడు ఇదే చెంచులక్ష్మి కథ. ఈ కథను మనదేశంలో ఎక్కువగా ఆడతారు.

"నన్ను పెండ్లాడవే చెంచిత
నీ పాదములు పట్టెద చెంచిత"
అని నరసింహుడంటే -
"చెట్టు లెక్కగలవా? నరహరి
పుట్టలెక్కగలవా" - అని చెంచిత అడుగుతుంది

ఇలా రాత్రంతా రథోత్సవం రోజున అంతర్వేదిలో ఆ చెంచు ఆట చూచాను

కాలం తీరిన కాకతీయ సామ్రాజ్యము

ఓరుగల్లు

కాకతీయ మహా సామ్రాజ్యము త్రిలింగదేశము అనే తెలుగునాడు తెలుగునాడు ఆంధ్రులు నివసించే దేశము కాళేశ్వరము, శ్రీశైలం, ద్రాక్షారామము మధ్యనున్న సారవంతమైన ప్రదేశమే ఆంధ్రదేశము కాకతి గణపతి దేవుడు, వీరరుద్రమ ప్రతాపరుద్రుడు తెలుగు శిల్ప, నృత్య, సంగీత కళల నెంతో ప్రోత్సహించినారు అభివృద్ధి పరిచినారు - ఎన్నో అమర శిల్పాలు అలంకరించిన ఆలయాలు శివునికి నిర్మించినారు పరమశివుడు - నృత్య ప్రియుడు, ఎన్నో నృత్య రీతులు వెలసినవి గణపతి దేవుని బావమరిది జాయసేనాపతి గజసేనాపతి, గుండ యామాత్యుని వద్ద నృత్యకళ నభ్యసించడమే కాక కత్తి పట్టిన చేతితో కలము పట్టి నృత్య కళపై శాస్త్ర గ్రంథములు రచనగావించినారు

ఆ కాలంలో ముద్దసాని, ఆమె మనుమరాలు మాచలదేవి ప్రసిద్ధ నర్తకీమణులు - యక్షగాన కళ ప్రజల కళగా ప్రచారంలో వుండినది విద్యానాథ కవి - ప్రతాపరుద్ర యశోభూషణం అనే అలంకార శాస్త్రమును రచించినాడు

గోదావరి నది కావల ప్రక్కనున్న గిరిజన ప్రాంతములు చంద్రపురి, బస్తరు, సిరివంచ, అహిరి, యిత్యాది రాజకుటుంబములతో కాకతీయులకు రాజకీయ సాంస్కృతిక సంబంధములుండుట వల్ల ఇరు ప్రాంతాలలోని సంస్కృతీ వికాసం విశాలముగా అభివృద్ధి చెందినది. వీరులు, మైలారు దేవులు, పశుపతులు, మహేశులు శివారాధనలో అనేక వీరనాట్యములు ప్రదర్శించుట వల్ల స్త్రీల లాస్య నర్తనమే కాక పురుషుల వీరనాట్యములు, వీర రస ప్రధానం గల అనేక నాట్యములు రూపొందినవి. సంగీత పద్ధతులు కనుగొనబడినవి

ఈ ప్రాంతాన్ని ఎంతో ఆశతో సందర్శించాను కాని నిరాశయే ఎదురయింది ఆ శిధిల సామ్రాజ్యము వలెనే మన సంస్కృతి మరుగుపడి పోయినది ఓరుగల్లు కోటలో ఒకనాడు వెలిసిన కాకతీయ ఇలవేల్పు స్వయం భూదేవుని శిధిల ఆలయ శిల్పాల మధ్య కూర్చొని కొంత తడవు ఎలుగెత్తి విలపించాను నా కన్నిటితో ఆ శిధిలాలను అభిషేకించాను అటుపై అక్కడ ఆగక, విజయనగర మహా సామ్రాజ్యము వెలసిన హంపీ విజయనగరము పయనించాను మార్గంలో ఎన్నో మందిరాలు దర్శించాను ఎందరో దేవతలపై పాటలు చెప్పాను

కాకతీయులు శివభక్తులు
విజయనగరాధీశులు విష్ణుభక్తులు

ఓరుగల్లులో శివపరమైన నృత్యగీతాలు పెంపొందినాయి వీరము ప్రాధాన్యత వహించినది

కృష్ణ దేవరాయలు మొదలైన రాయల కాలములో ప్రభువులు విష్ణు భక్తులు - శృంగార రసము, ప్రబంధ కవితకు పట్టము కట్టపడినది రాయలకాలం కవితకు ఇచ్చిన ప్రాధాన్యత నృత్య సంగీత కళలకు కలుగలేదనిపించినది నేను వెళ్ళిన నాటికే రాయల సామ్రాజ్యము అంతరించిపొయినది మహల్లు, అంత పురములు, కొటలు, పేటలు, ఉద్యానవనములు, నర్తనశాలలు, అన్ని శిధిలాలుగా మాత్రం మిగిలినవి సప్తస్వరాలు పలికిన శిల్పాలు ఆ శిల్పులు సంగీతాల నృత్య మందిరంలో ఒంటరిగా నిలబడ్డాను కొంత తడవు కృష్ణరాయలు కొలువై ఉండిన సభా మందిరంలో తాతాచార్యులు, అప్పాజి, అష్టదిగ్గజాలు ఇతర కవి పండితులు, గాయకులు, శాస్త్రవేత్తలు, ఆశీనులై వుండగా "కుప్పాయి" శ్రీరంగరాజుకుమార్తె నట్టువ నాగయ్య శబ్దాలు కొలువుగా ఇంధ్రసభను మించిన ఆ సభలో కేళిక చేయగా - విధ్వసభా-రాయరంజక బిరుదాంకితుడు తన తండ్రిని పండితులు మెచ్చగా శాస్త్రవేత్తలు ఆనందించగా నర్తనమాడిన ఘట్టము నా కనుల ముందు కదలాడినది

పెద్దనకు గండపెండేరము కృష్ణరాయలు తొడిగిన నాడు అతని ప్రబంధంలోని వరూధునిని గూర్చి కమనీయ కవితను ఎంత రమణీయంగా ముద్దుగా

ముచ్చటగా లలితంగా, కోమలంగా, కలువరేకలు వంటి తన కన్నులతో భావములను పలికిస్తూ, ఒలికిస్తూ ఎంతో చక్కగా అభినయించినది

"ఇంతలు కన్నులుండ తెరువెవ్వరి వేడదో భూసురేంద్ర"

పెద్దనార్యుడు ఒక పంక్తిలో చెప్పిన భావాన్ని ఎన్నో రాగాలలో ఆలపిస్తూ ఇంకెన్ని విధాల రాగ భావాలతో సాత్విక భావ మొప్పగా అభినయించిందో ఆ కుప్పాయి అందుకే ఆ నర్తకీ మణి 'రంజకం' కుప్పాయి అయ్యింది

నా గుండె ఝల్లుమన్నది ఒళ్లు పులకరించినది కళ్లు చెమ్మగిల్లినవి అలాగే నిలబడే భేష్ ! కుప్పాయమ్మా ! నీ అభినయము అమోఘము అని చప్పట్లు పరిచాను మైమరిచి నాకు దూరంగా ఇరువురు వృద్ధ కుండనాల పండితులు నిల్చొని చూచుచున్నారు "ఎవరొ యువకవిలాగున్నాడు - వెఱ్ఱి మాలోకం" అని తమలో తాము ముచ్చటించుకొనుచున్నారు నేను ఇంక అక్కడ నిలువలేక తంజ నగరం పయనమయ్యాను

నేను పదకవిత రచించుటకు పూర్వం దేశంలోని వివిధ ప్రాంతములు పర్యటించి, కవి పండిత గాయకశిరోమణులను సందర్శించి, వారితో ముచ్చటించవలెనను సంకల్పముతో దేశమంతయు తిరుగుతున్నాను

శాతవాహనులు (శాలివాహనులు) హాల చక్రవర్తి గురించి, గుణాఢ్యుని బృహత్కథా - హాలచక్రవర్తి గాధా సప్తశతి గురించి గ్రంధాల్లో చదివాను ఆశతో కొండాపురము వెళ్లాను ఆ కోటలు, పేటలు శిల్ప సంపద చూడాలని కానీ, అదంతా గడచిపోయిన కథ అక్కడ భూమిలో కూడుకుపోయినది అలనాటి వైభవమంతా అటుపై ధరణికోట, విజయపురి, ప్రతిష్టానపురము సందర్శించాను అక్కడ కూడా అదే అనుభవం - తరువాత కాకతీయ మహాసామ్రాజ్యము ఓరుగల్లు హైందవ మహాసామ్రాజ్యము విజయనగరము వెళ్లాను

ఎక్కడకు వెళ్ళినా హృదయ విదారక దృశ్యాలే కనిపించినవి మన కళల వికాసం గురించి తెలుసుకోలేకపోయాను

వికసించి పరిమళించని విరజాజి

విజయనగర సామ్రాజ్య పతనానంతరము తెనుగుగడ్డ ఛిన్నాభిన్నమై చిన్నచిన్న ముక్కలైపోయింది విజయనగర సంగీత - సాహిత్య లక్ష్మి - తంజావూరు తరలి వెళ్ళింది అక్కడ నాయక రాజులు ఆమెకు కర్పూర నీరాజనాలిచ్చి ఆహ్వానించారు నేను మొదటిసారి తంజనగరము సందర్శించినప్పుడు చెవ్వప్ప నాయకుని మనుమడు అచ్చుతప్ప నాయకుని కుమారుడు రఘునాధనాయకుడు తంజనగరం ఏలుతున్నాడు అతని దర్బారు సంగీత సరస్వతి నిలయం

శ్రీకృష్ణదేవరాయల దర్బారులో - కవి పండితులు ఎక్కువ ప్రోత్సహింపబడినారు రఘునాథ నాయకుని దర్బారులో సంగీత, నృత్య కళలు ఆదరింపబడినాయి స్త్రీ సంగీత సాహిత్య వేత్తలు ప్రముఖ స్థానము అలంకరించినారు సంస్కృతము, తెనుగులో కవిత చెప్పిన రామభద్రాంబ, శతలేఖిని, మధురవాణి, నృత్యకళలో ప్రసిద్ధి చెందిన ముద్దు చంద్రలేఖ ఇత్యాదులు ఎందరో రఘునాధుని దర్బారులో ఉండిరి వీరందరి ప్రతిభ నేను విన్నాను నేను మొదటి సారి ఈతని దర్బారుకు ఒక కార్యార్థినై సందర్శకునిగా వెళ్ళితిని ముఖ్యముగా తంజపురిలో ఆనాడు ప్రచారములో ఉన్న సంగీతరీతులు, నృత్య సంప్రదాయములు, కవితా పోకడల గూర్చి ప్రత్యక్షముగా చూచి తెలుకోవాలని కూడా అభిలాష వుండింది ఎందుకనగా విజయనగర సామ్రాజ్యము తరువాత తంజపురి అంతటి పెద్ద సంస్థానము కనిపించలేదు అంతటి ఘణత వహించిన వులు, శాస్త్రవేత్తలు పండితులు గూర్చి నేను వినలేదు దేశములో ఘనతకెక్కిన ారందరూ తంజనగరము రాజపోషణలో వున్నారు

తెనుగు నాయక రాజుల పాలనకు ముందు ఆ ప్రాంతము చోళ రాజులు పాలించినారు వారు గొప్ప సాహిత్య అభిమానం గలవారు సంగీత ప్రియులు,

శిల్పకళను ప్రోత్సహించిన వారు తంజనగరములోని బృహధీశ్వరాలయము నిర్మించిన వారు చోళరాజులే ఆ ఆలయంలో ఎంతోమంది నర్తకీ మణులు నాట్యం చేసేవారట, అయితే వారిది ద్రవిడ సంప్రదాయము దేశం ద్రవిడ దేశం ప్రజలు ద్రవిడులు పాలించిన ప్రభువులు ద్రవిడలు చెవ్వప్ప, అచ్చుతప్ప, రఘునాధనాయకుడు తెనుగురాజులు అందువల్ల ఇచ్చట తెనుగు సంప్రదాయ సంగీత, నృత్యరీతులు ఆ స్థానములో ప్రవేశించినవి తమిళ భాషకు బదులుగా తెనుగు రాజభాష అయింది తెనుగు భాష యొక్క తీయదనాన్ని గ్రహించి విద్వాంసులు ఆ భాషవల్ల ఆకర్షింపబడినారు అందువల్ల అక్కడ సంస్కృతి - తెనుగ తమిళ సంస్కృతుల సమ్మిళితమై ఒక నూతన వికాసంతో ప్రకాశించినది

ఈ విధంగా ఆ దర్బారు రీతులను కొంత అధ్యయనం చేసితిని ఆకళింపు చెసుకున్నాను అంతవరకు ప్రచారంలో వున్న నృత్త, నృత్యాలు అభినయ రీతుల గూర్చి - రచనలు గూర్చి తెలుసుకున్నాను వారి ఆటపాటల్లో లేని ఒక విశిష్ఠ పద్ధతిలో అభినయ గీతములు రచన చేయ సంకల్పించినాను ఆ పాటలు ఎలాగుండాలి ఏ తాళము ఏ పాటలకు అనుకూలము, ఏ రాగములు సాత్విక భావ ప్రకటనకు ఉపయుక్తములో ఆలోచించ మొదలుపెట్టితిని

నేను కృష్ణానదీ తీరమునున్న ఒక చిన్న గ్రామము మువ్వ' నుండి వచ్చిన యాత్రికుణ్ణి సిరిసంపదలతో తులతూగుతూ సరస్వతీ సదనముగా, ఇందిరామందిరముగా పేర్గాంచిన సకల విద్యాపారంగతుడైన రఘునాధుని దర్బారు, తంజావూరు రాజమహల్

రఘునాద నాయకుని దర్బారును సందర్శించాను కృష్ణరాయల దర్బారును పురుషసింహాలు ప్రాముఖ్యత వహించి ఘర్జించితే, రఘునాథ నాయకుని దర్బారు గానకోకిలల సుమధుర గానంతో అలరించినది నృత్య సరస్వతి తన పసుపుపారాణి పాదాలనలంకరించిన బంగారు మువ్వలను ధ్వనిస్తూ వివిధ రీతుల, గతుల నర్తనము సల్పినది వివిధ జతులు, యతులు, ఛందోరీతులు, బంధరచనలు, రూపురేఖలు దిద్దుకున్నాయి తంజనగరములో తెనుగు సంస్కృతి నూతన రీతిలో రూపురేఖలు దిద్దుకుంటున్నట్లు గ్రహించితిని అయితే నా మువ్వగోపాలుని పేరు

రస్థాయిగా కీర్తింపబడవలెను పూరూర, వాడవాడల కవులు, శాస్త్రవేత్తలు, లంకారికులు, గాయకుల కంఠముల్లో ధ్వనించాలి నర్తకుల అభినయ రీతుల్లో గోపాలుని లీలలు రూపొందవలెను అటువంటి సంగీతమును సృష్టించవలెనని త్రింబళ్లు యోచించితిని

ఆ రోజు రఘునాధుని పుట్టిన దినము ధనవంతులు పుట్టిన రోజులు ఎలా సుపుకొందురో చాలా చూచాను ఒక రోజేమిటి, వారికి ప్రతి దినము పుట్టిన జు పండుగే పేదవారికి పుట్టిన రోజులకు తీరికలెక్కడ? విందులు వినోదములకు సమయమెక్కడ? లక్ష్మీప్రసన్న మెక్కడ? కీర్తించే కవులెక్కడ?

రఘునాధుని పుట్టిన రొజు అద్భుతం, అత్యద్భుతం స్వర్గము భూలోకమునకు దివచ్చినదా, అనిపించినది ఉదయమె మంగళహారతులతో అంగనల మధుర శాలతో రాజు మేల్కొన్నాడు అభ్యంగన స్నానమాచరించాడు జల్తారు ట్టువస్త్రములు ధరించాడు కర్పూర నామము నొసట తీర్చబడినది చేతులకు హతలాటములు కలికితురాయి ధరించి (జవ్వనులు యిరుప్రక్కల నడువ) ందరాంగులు ఇరుగడల సురటీలు వీచుచుండ, సభావేధికకు మెల్లగా కుగులు వేస్తూ అలనాటి శ్రీరామచంద్రుడు, ధీరోదాత్త నాయకుడిలా, కుచుకొంటూ సభప్రవేశించే ముందు నవరత్నాలు పొదిగిన పళ్ళెములో కర్పూర రతులు - పట్టపురాణి ఇచ్చారు

ఆయన సింహాసన మధిష్టించారు ఆయన ఎడమకాలుకు నవరత్నాలు దిగిన బంగారు అందెను అంతవరకూ నేను గమనించలేదు దానికి చిన్నచిన్న నవాకారపు బొమ్మలు కట్టబడి - అతడు అడుగిడినప్పుడు అవి కదలాడుచున్నవి ంతవరకు అందె ధరించుట చూచితిని కాని, ఆ వింత బొమ్మలు ఎక్కడను డలేదు అర్థముగాక చూచుచుండ నా ప్రక్కనే నున్న కవి పుంగవుడు ఇలా ప్పనాడు

"దాన్నే బొమ్మకట్టు అందురు" అనగా యుద్ధములో పౌరషములో తమకు కే శరణన్నవారి బొమ్మలు చేయించి తమ ఎడమకాలుకు ధరించారట అనగా ిన వారి శౌర్యపరాక్రమాలు వీరి ఎడమ కాలిగోటితో సమానమన్నమాట

అంతలో సన్నాయి మేళము వినిపించినది సర్వాలంకార శోభిత అయిన

రామభద్రాంబ సభ ప్రవేశించినది వెంట వచ్చిన దాసీ జనము ఒక బంగారు పళ్ళెములో పట్టువస్త్రములో నుంచబడిన “రఘునాథాభ్యుదయం’ రఘునాథునిపై సంస్కృత కావ్యము గొని వచ్చినారు ఆమె ఆ కావ్యము, ఆయనకు అంకితమిచ్చినది శతలేఖిని మదురవాణి అప్పటికప్పుడు నూరుపద్యములు ఆయనను కీర్తిస్తూ ఆశువుగా మృదుమధురంగా పాడుతూ వినిపించినది అంత ముద్దు చంద్రరేఖ ప్రేరణ నర్తనమాడినది ఇలాగునా పలురీతుల విద్యావినోదములలో సభ మద్యాహ్నము వరకు జరిగినది నేను ప్రశాంత చిత్తుడనై ఆ సభను తిలకించుచుంటిని రామభద్రాంబ శ్లోకము - ముద్దుచంద్రలేఖ నాట్యాన్ని వర్ణిస్తూ సంస్కృతములో ఒక శ్లోకము ఆశు కవితగా చెప్పినది

‘తెనుగు సంస్కృతీ లక్ష్మి శాతవాహనుల దేశమును దాటి కాకతీయుల ఓరుగల్లును ప్రతిభావంతము జేసి - అటుపై విజయనగరము వీధుల్లో - రత్న వర్షాలు కురిపించి - ఈనాడు తంజనగరములో మరల పుష్పించి పరిమళించినది” అని నాలో నేను భావించితిని

నేను విడిదికి తిరిగి వచ్చుచుండ చెంగు చెంగున లేడి పిల్లవలె ఎగిరి గంతులు వేయుచు చేతిలో ఒక సంపెంగ పువ్వుతో లేజవ్వని (అప్పుడే యవ్వనము అంకురిస్తున్న) నన్ను జేరినది అటునిటు బెరుకు చూపులు చూచుచు తన చేతిలో సువాసన లినుతున్న ఆ సంపెంగ పువ్వు నుంచి, సువాసనలు అఘ్రానిస్తూ

“క్షేత్రయ్యా గారూ! మీ పసిడి ఘంటము ఈ రోజున పలుకలేదే?” అని ప్రశ్నించింది ఆమె పేరు శశిరేఖ - రఘునాథుని ఆస్థానములో అందరికన్న చిన్న నర్తకి

‘ఇంకను పరువమునకు రాలేదు శశిరేఖా ’ అని చెప్పితిని

చిరునవ్వు సిగ్గు దొంతరలో ఆమె లేతబుగ్గలు ఎరుపెక్కినవి శరీరమునకు అలదుకొనిన పునుగు సువాసనలు వెదచల్లుచూ ఒక క్రీగంట చూపు నాపై విసిరి అచట నుండి మాయమైనది

పన్నీరు జల్లులు

ఏకాదశి,

ముక్కోటి ఏకాదశి

ఈ ఏకాదశితో కొన్ని సంవత్సరములు దాటినవి క్షేత్రయ్యతో ముచ్చటగా ముచ్చటించి

ఆ ఏకాదశి ఉదయము, నగరాజతనయ తలస్నానము జేసి, మువ్వగోపాలుని అర్చించి ఆలయ ప్రాంగణములోనికి వస్తుండగా -

"ఈ మేను జీవునకు ఎంత ప్రియమాయెనో

భామరో! మువ్వగోపాలుని కౌగిటలేని"

తనలో తాను పాడుకొనుచూ సరసీరుహము -

అక్కా - ఆనాడు మనతో ముచ్చట్లాడిన నూనూగు మీసాల, ఉంగరాల జుత్తు కలలు కంటూ మెరసి పోతున్న చెంపకు చారడేసి కండ్లు క్షేత్రయ్య చూస్తుండగానే ఇంతలో ఎంత గొప్పవాడై పోయాడే"

"దక్షిణ దేశమంతటా మన మువ్వగోపాలునికి ఎంతపేరు తెచ్చాడే"

"ఆరోజున మనం ఎంత ఎగతాళి చేశాం?

"నీవు తెనుగులో పదాలు చెపితే మేము అభినయిస్తాంలే" అన్నాముగదటే

అలా మనం హాస్యం పట్టించకుంటే ఈ కవితను అతడు అల్లేవాడు గాడే - యవ్వనుడు - రసికుడు - స్వేచ్ఛావిహారి

"తంజావూరు, మధుర, జింజి - రాయలేలిన రత్నాల భూమి ఒక్కటేమిటి - అన్ని చోట్ల - మన మువ్వగోపాలుని పేరే ప్రతిధ్వనిస్తున్నది నిజంగా ఎంత సంతోషంగా నున్నదంటావు క్షేత్రయ్య నిస్వార్థపరుడే"-

"చూడు ఇన్ని దేశాలు తిరిగినా - ఇంత కీర్తి మువ్వగోపాలునికి

సంపాదించిపెట్టినా - సాత్వికాభినయ కళ, కళాప్రపంచములో నిలిచినంతకాలం మువ్వగోపాలుని స్మరించేటట్లు తన పదకవితను మువ్వగోపాలా, ముద్దుల మువ్వగోపాలా అని మురిపెముగా పేర్కొన్నాడు గాని - 'తన పేరు ఒక్క పదములో కూడా వ్రాసుకోలేదు'

అందుకే చింతిస్తున్నావా లేక రస నిలయాలైన పదాలు రచించడానికి - నేనే గదా ప్రేరణ నా పేరు ఎక్కడా పేర్కొనలేదాయె అని చింతిస్తున్నావా?"

'నేనంత స్వార్థపరురాలిని కానుగా!"

X X X

మరునాటి రాత్రి

"నిన్ను జూడగలిగె - నే యిన్నాళ్ళకు

నిను జూచి నాలుగైదు - నెలలాయె మువ్వగోపాల, నిన్న రేయి కలలో నా కన్నులు గట్టినట్లుండ పెన్నుడా దిగ్గున లేచి - వెదికి కానక

కన్నీరుచే పైట దడసి - కరిగి చింతనొందితి
నన్ను దలచితో లేదా - నా నోము ఫలము"

సరసీరుహం తన పడక గదిలో ఒంటరిగా పడుకుని పాడుకొంటు అలాగే నిద్రించినది గోపాలస్వామిని తన కనుల ముందు గాంచినది అంతలో అతని హృదయములో క్షేత్రయ్యను జూచినది ముసి ముసి నవ్వులు నవ్వుచూ అతడు తనను చేరుతున్నట్లు భ్రమించినది అంతలో తన పాదములకున్న బంగారు మువ్వలు మదురముగా పలుకగా, పట్టు పీతాంబరము గట్టి, నడుముకు బంగారు దట్టి బిగించి, కుటిల కుంతలములను నెమలి ఫించములతో అలంకరించుకొని చేతన పిల్లనగ్రోవిని పట్టుకొని కనుల పండుగగా నడుచుకొని వస్తున్న స్వామిని గాంచినది తత్తరపడి దిగ్గున పడకపై నుండి లేచి కూర్చొన్నది స్వామికి స్వాగతము

పలుకుటకు నాలుగడుగులు ముందుకు వేసినది ఆ వెలుగు మాయమైనది మురళిపై పున్నాగ వరాళి రాగ ఆలాపన వినిపించినది నిరాశనతో పడకపై చతికిలబడినది అంతయు చీకటిమయమయినది తన అంతరంగమును దొచుకొన్న ఆ స్వామి మువ్వగోపాలుడా? క్షేత్రయ్య? వెదకి వెదకి వేసారినది - అంత దగ్గరగా ఉన్నవాడు ఎంత దూరమయ్యాడు

తన హృదయమును దొంగిలించిన స్వామిని గానక ఆమె కన్నీరు కాల్వలై పారినవి పవిట చెంగు తడిసినది ఆ వియోగము భరించలేక పడకపై కొరిగినది తన స్వామి చింతనలో

"కన్న వారాడుకొనేది - కన్నెలు నవ్వుకొనేది విన్నవో వినలేదో? వినరా ఈ వింత!"

మధుర పట్టణము

మధుర రాజులు కూడా సంగీత - సాహిత్యాల నెక్కువగా పోషించుచున్నవారే ఆ రాజుల దర్బారు గూడా దర్శించి అటుపై మీనాక్షమ్మ సన్నిధిని పదరచన చేశాను మీనాక్షి సుందరేశ్వరుల కళ్యాణ మహోత్సవము జరుగుచున్న రోజులవి ఆ కళ్యాణ మహోత్సవమును కన్నులారా గాంచితిని

ఆ మరునాడు తిరుమలేంద్రుని దర్బారు దర్శించాను ఒక ముచ్చటైన శృంగార పదం అతని కొలువుకూటములో చెప్పితిని తిరుమలేంద్రుడు మెచ్చినాడు హెచ్చుగా సన్మానించాడు ఆ దర్భారులో నున్న కవిపండితులకు నచ్చలేదేమో? వారు మనసులోనే పెదవులు విరిచినట్లు గ్రహించితిని నేను తిరిగి నా విడిదికి వచ్చుచుండగా కొందరు కవులు నన్ను అడ్డగించి -

ఏమి కవిత చెప్పావయ్యా క్షేత్రయా ! అలనాటి జయదేవుడు మొదలుకొని - రాయల దర్బారులో గండపెండేరము తొడుగుకొనిన "పెద్దన" వరకు స్త్రీ ప్రణయం, విరహం, వియోగం, కన్నీరు, త్యాగము ఇలాగే వర్ణించారు నీ వరకూ ఏదీ పురుషుని విరహం వర్ణిస్తూ ఒక పదము నీ పైన చెప్పుదూ చెవులు తుప్పు వదిలేటట్లు వింటాము" అన్నారు

నేను క్షణమాలస్యము చేయలేదు వినుడని -

కాంభోజి రాగం - జంపెతాళం లో

"ఏమి సేయుదు మోహ - మెటువలెదీరును?
భామిని మణినియె-వ్వరు తోడి తెచ్చేరు
వెలయనీదు ముఖార - విదంబు లిఖియించి
యలరు వాసనలు వ్రా - యగ నేరనైతి

కళలొల్కు నీమోవి - గదసి వ్రాసితిగాని
నెలత తేనియలుంచ - నే నేరనైతి"

కలికి సొగసైన నీ - కనులు వ్రాసితిగాని
బెళుకు చూపులు వ్రాయు - విత మెరుగనైతి
గళమురేఖల తెలియగాను - వ్రాసితిగాని
చెలగుకోకిల వంటి - పలుకు వ్రాయగనైతి"
తరుణిరో నాగ బం - ధమురీతి గలయుటలు
గరిమవ్రాసితి గాని - పరవశము చేత
పరగమా మువ్వగోపాల రాయని
తిరుగ రతులకు బిలుచు - తె లివివ్రాయగనైతి"

ఆ కవులందరూ నోర్లు వెళ్లబెట్టి వినుచూ మాన్పడి నిలబడిపోయిరి

"అభినయము కూడా చేసి చూపించమంటారా? పురుషులు కూడా స్త్రీ భావాలనే అభినయించడము వాడుక పురుషుడు, పురుషుడుగా అభినయించడము అరుదు అని అభినయించి చూపాను"

ఆనాటి నుండి తిరుమలేంద్రుని దర్బారులో నేను పంచదార చిలుకనైతిని అందరూ నన్ను అభిమానించిరి తిరుమలేంద్రుని దర్బారులో రెండు వేల పదములు చెప్పించాడు మువ్వగోపాలుడు, నాచే

కరిగిరి వరదుని కంచిలో క్షేత్రయ్య

విష్ణుకంచి, శివకంచి అనె జంట నగరాల కలయిక కాంచిపురం విష్ణుకంచి వరద రాజస్వామికి నిలయము శివకంచి కామాక్షి అమ్మ నివాసం కంచి కామాక్షి, మధుర మీనాక్షి, కాశీ విశాలాక్షి అని జగదంబకు పేర్లు పూర్వము కంచి గొప్ప బౌద్ధ క్షేత్రం కాని నేను అక్కడికి వెళ్లిన నాటికి బౌద్ధం అంతరించింది స్తూపం ఉండిన చోట ఒక మట్టి దిబ్బ దర్శనమిచ్చింది శైవం, వైష్ణవం మిగుల ప్రచారంలో ఉన్నాయి

బౌద్ధం శైవం, వైష్ణవాలకు నిలయమైన ఆ ప్రాంతాన్ని సందర్శించి, సేవించి, తరించాలని వెళ్లాను నేను వెళ్లిన నాటికి మతాలు మారినా బౌద్ధ మత ప్రభావం మాత్రం యింకా అక్కడ ఉంది కనుకనే పరమత సహనం కలిగి విశాల హృదయులుగా అక్కడి ప్రజలు జీవిస్తున్నారు

'కామాక్షి' పేరు గల ఆ అమ్మవారి నేత్రాలెలా ఉంటాయో చూడాలని ఆలయానికి వెళ్లాను వరదుడు విష్ణు స్వరూపుడు నా యిష్టదైవము మువ్వగోపాలుని ఆయనలో చూడగల్గినాను అమ్మ నేత్ర దర్శనం అదొక రసలోక విహారం అట్టి సందర్శనం అందరికీ సాధ్యం కాదు బాహ్య శరీరాన్ని వదలి అంతర్ముఖంగా చూడగలిగిన వారే అమ్మ దివ్యత్వాన్ని ఆమె నేత్రాలలో కనుగొనగలరు

శివ, కేశవ రూపాలగురించి తెలుసుకోదలచి కాంచీ పురంలో కొన్నాళ్ళున్నాను ఒక శుక్రవారం నాడు యిద్దరు గణికలు అమ్మవారి సన్నిధిలొ భక్తి పారవశ్యంతో నర్తనమాడారు

శరీరాన్ని, మనస్సును. బుద్ధిని దాటి ఆధ్యాత్మికతను ప్రదర్శించారు వారు

దశమి నాడు వరదుని సాన్నిధ్యంలో కేళిక

ఈ కేళిక ఆత్మకు ఆనందం చేకూర్చింది వారిద్దరూ - కమల నేత్రి, కామాక్షి - అక్క చెల్లెళ్లు కమల నేత్రి - కమలనేత్రి ఇక కామాక్షి -

అమ్మవారి లోని దైవత్వాన్ని పుణికి పుచ్చుకొన్నట్లు ఆమె నేత్రాల్లో గోచరించింది

వీరిరువురు ఆ ఆలయాలకు అర్పితులైన దేవగణికలు దశమి నాడు కమల నేత్రి - వరదుని సాన్నిధ్యంలో కంబ రామాయణంలోని సీతాస్వయంవర ఘట్టాన్ని చాలా రసవత్తరంగా ప్రదర్శించింది

సీత, ఆమె చెలికత్తెలు రాజసౌధంపై భాగంలో నిలబడి ఉన్నారు విశ్వామిత్రుడు రామలక్ష్మణులతో కలిసి రాజ వీధులలో నడుచుకుంటూ వస్తున్నారు సీత రాముని దివ్య సౌందర్యాన్ని చూసి ఎవరే వారు? ఊరేమి? పేరేమి? ఎక్కడ నుండి వస్తున్నారు? అని చెలులను అడిగింది అలా ప్రశ్నిస్తూ తన్మయత్వం చెందింది ఆ భావాభినయం నన్ను చాలా ఆకర్షించింది చాలా ముచ్చట గొల్పింది అభినయం సహజంగా ఉంది

ఆ పురంలో మరి కొన్ని రోజులున్నాను ఆ కళాకారిణులతో పరిచయమేర్పడింది ఒక రోజున కమలనేత్రి చనువుగా అడిగింది -

"అయ్యవారూ! క్షమించండి! మీ వెంబడి ఒక మోహనాంగి' ఉందట? ఆమె ప్రేరణే మీ పద రచనకు కారణమంటారు మరి ఆమె ఎన్నడూ కనిపించదేమి?"

'మీకు వివాహమైనదట మీ అర్ధాంగి పేరు రుక్మిణి అని కొందరు అనుకోగా విన్నాము నిజమేనా" అని కామాక్షి ప్రశ్నించింది

"కామాక్షీ! సాధారణంగా కవులెప్పుడూ స్త్రీల బాహ్య సౌందర్యానికే మోహితులై ఆ సౌందర్య వర్ణనలతో తృప్తి చెందుతారు ఒకరితో ఒకరు పోటీ పడి వర్ణనలు చేస్తారు ఆత్మ సౌందర్యాన్ని ఆరాధించే వారు బాహ్య సౌందర్యాన్ని శాశ్వతంగా యెంచరు విరహం, వియోగం, సంయోగం, పొలయలుకలు, సంభోగ వర్ణనలు శారీరకమైనవే గాని శాశ్వతమైనవి కావు మానసికమైతే వాటికి అమరత్వం చేకూరుతుంది ఈ మోహనాంగి ఎవ్వరు? పరమశివుని అర్థ శరీరంలో ఇమిడిపోయిన పార్వతిలా ఆమె నాలోనే వుంది నేకోరినప్పుడు వివిధ రూపాల్లో

నా కనుల ముందు కదలాడుతుంది ఇక అర్ధాంగి రుక్మిణి ఆమె యెవరో నెనెరుగ బహుష నా స్వీయ నాయికా పదాలు పఠించిన వారు ఊహించిన పద కన్యయేమో ఏమైతెనేమి నాకు ఇద్దరు జవ్వనులను ప్రేయసిసులుగా జెసినారు దేశంలోని కవివరేణ్యులు''

''అంతే నంటారా?''

'మీరెమైనా అనుకోవచ్చు ఆ స్వేచ్ఛ మికుంది కానీ, ఒక మాట- చంచలాక్షి, చపలాక్షి మదిరాక్షి, కమలాక్షి, పద్మాక్షి, విశాలాక్షి, తామరసాక్షి, తరలాక్షి, లతాంగి, కోమలాంగి మోహనాంగి మొదలైన పదాలు స్త్రీలకు పర్యాయ పదాలుగా ఉపయోగిస్తారు గదా వీరందరూ ప్రియురాండ్రు అవుతారా? కవి ఊహల్లో మెదిలే కన్యలు గారా? నీ పేరు కమలనేత్రి నా కవితా కన్య కమలనేత్రి అయితే నీవు నా ప్రేయసివౌతావా?''

''అంత అదృష్టమా కవి వర్యా!''

'స్వామీ మాదొక చిన్న కోర్కె మన్నించాలి మా కరిగిరి వరదుని మీద ఒక పదం చెప్పరా జీవితాంతం పాడుకొని వరదుని ఎదుట అభినయించుతూ తరిస్తాను జివితాంతం మీకు ఋణపడి వుంటాను '' అని కోరింది కామాక్షి

ఆ లలితాంగి కోర్కెపై ఈ పదం కంచి వరదునిపై మువ్వగోపాలుడు నాతొ చెప్పించినాడు

బేగడ - త్రిపుట

సరసము గాదిక సకియా!
సరసము గాదిక సకియరో కరిగిరి
వరదుడు నా గుణ మెరుగక నడిచెను ॥సర॥

పదరి వా డిందు వచ్చి - పడకిల్లు సొచ్చితె
నిదుర లేవ వద్దని - నెలత నీ వనుమీ!

కదసి మెల్లన నిచ్చ - కములకు వాడునా
పదము లొత్త వచ్చితె - బట్ట నీయకుమీ! ॥సర॥

అతివ! వినవే! నాలు - గైదు దినముల దాక
బతిమాలించక గాని - భయము రాదమ్మా!
అతి తమి గౌగిట - నదముకొని కెమ్మోవి
యత డాన వచ్చితే - అంట వద్దనుమీ! ॥సర॥

పరగ మా మువ్వ గో - పాలుడైన కంచి
వరదుడు నను గూడి - వదలక నుండి
మరియె యెన్నిక లేక - గరివించి పొరుగింట
హరిణాక్షి నడిగించె - నని వింటినమ్మ ॥సర॥

కమలనేత్రి వరదుని సన్నిధిని ఈ పదాన్నభినయించి కనులకు విందు చూకూర్చింది

కామాక్షి కదలక మెదలక బుంగ మూతితో అలాగే నిలబడి పోయింది నా కర్థం కాలేదు

"అదేమి? అలాగే నిలబడ్డావు కామాక్షీ" అని అడిగాను

"కవివర్యా అర్థించింది నేను మా కమల నేత్రిని ఒక పదంతో కనికరించారు మరి నాకో" అని ముద్దుగా పలికింది ఆ కోమలాంగి

"ఇదిగో గైకొను" మని ఈ పదం జెప్పాను

కాంభోజి - ఆది

ఎంత లేదని యెంచకురా!
కుంతుని గన్న చక్కని - కరిగిరి వరదా! నా సామి! ॥ఎంత॥

నిను బాసి తాళ లేను - నీ సొమ్ము జేసితి నా మేను
తనివి దీర్చక పోనీను - దక్కితి నేను

నను విడనాడె - నను వగ మాను
మునిచితి మోహము నా మదిలోను
తనరగ నీవు నా దైవము గాను
మనసున నెంచితి మక్కువ తౌను ॥ఎంత॥

ఇక్కడ నుండ మనసాయ - నిది యేమో తెలియ నీ మాయ
చొక్కు పొడి చల్లినట్లాయ - సుగుణ విధేయ!
అక్కడ నీవు నన్నరమర సేర - జిక్కితి మదనునిచే విటరాయ!
మ్రొక్కిన ద్రిప్పవు మోమీ బాయ
చక్కని సామి చాల నిను బాయ ॥ఎంత॥

తెలిసె మువ్వగోపాల - దేవుడ వైతి వీ వేళ
కలిసి యేచుట మేల? కంటి నీలీల - సొలపున నను దయజూడ వదేల?
చెలిమి మాని యేచెదవుర చాల - వలచితి రా నిను వరద నా పాల
గలవని నమ్మితి గరుణాలోల! ॥ఎంత॥

కామక్షి వరదుని చూస్తూ ఒక్క నిమిషం ఆ గుడిలో నిలబడింది జలజల కన్నీరు కారుస్తూ స్వామి ముందు సాష్టాంగ పడింది తిరిగి లేచి నిల్చొని "క్షేత్రయార్యా! నా జన్మసార్థకమయింది" అని చేతులు జోడించి నాకు నమస్కరించింది

శ్రీరంగంలో క్షేత్రయ్య

ాడు ముక్కోటి ఏకాదశి

ంగనాధుని చూడాలని వెళ్లాను ఇక్కడ రంగని సేవించే భక్తులకు ప్రతి ముక్కోటి ఏకాదశే ద్రవిడ దేశ పద్ధతే వేరు వారి జీవిత విధానం వేరు ిశిష్ఠ జీవిత విధానం

ుగునాట గోదావరి నదికి అద్దరిని - సాగర తీరాన మురమళ్ళలో ినికి ఒక ఆలయం వుంది ఆ దేవునికి నిత్య కల్యాణం, పచ్చతోరణం ళ్ళిద్దరూ ఎంత గొప్పవారో! ఒకరిది వైష్ణవం, మరొకరిది శైవం అయినా ంభవంలో యిద్దరూ సమానులే

దుకే నేమో పీఠాధిపతులు ఎంత తగవులాడుకున్నా, విరాగులు -

వుడంటే ఎవరురా?
వుడంటే ఎవరురా?
డు కేశవుడొక్కటయ్యా
లోకము నెలురా!" అని పాడతారు

ం మఠాధిపతిని గాను, పీఠాధిపతి నసలే కాను ద్వైతము, అద్వైతము, తముల గురించి తర్కవితర్కాలు జరిపే శాస్త్రవేత్తను గాను నేను సంగీత ఆరాధకుడిని నా గానముతో భగవంతుని కీర్తించే భక్తుడిని

ిరీ తీరాన గల శ్రీరంగం వచ్చాను సప్తప్రాకారాల మధ్య కొలువైయున్న ుని ఆరాధించాను

శైవులకు ఉత్తరాన వారణాసి వలె వైష్ణవులకు దక్షిణాన శ్రీరంగం పవిత్ర క్షేత్రం

ఒకనాటి రాత్రి-

కన్నడ దేశము నుండి పురందర విఠలుని భక్తులు, తెనుగునాడు నుండి అన్నమయ్య భక్తులు వచ్చి ఆలయంలో విష్ణునామ సంకీర్తనం చేశారు భక్తితో ఆడారు, పాడారు అభినయించారు తెల్లవార్లూ ఒకరితో ఒకరు పోటీపడినట్లు రంగని సేవించారు

కన్నడ కస్తూరి అన్నట్లు ఆ భాషా సౌరభం అక్కడ వెదజల్లినట్లనిపించింది

తెనె కంటె మధురమైన తెనుగ వీనుల విందు చేసింది

తెల్లవారింది

కావేరిలో స్నానం చేసి ఒడ్డున కూర్చుని ప్రకృతి శోభను తిలకిస్తున్నాను ఆలయ ప్రాకార గోపురాలు ఉదయ భానుని కిరణాలలో మెరిసిపోతున్నాయి

నాకు కొద్ది దూరంలో యిద్దరు వైష్ణవ వనితలు మోకాళ్ళలోతు నీళ్ళలో నిలబడి తమ యిత్తడి బిందెలని నదిలోని మట్టితో తోముతున్నారు పుత్తడిలా ఆ బిందెలు తళ తళ మెరుస్తున్నాయి

కావేటి రంగరంగా
మాయన్న కస్తూరి రంగ రంగా
శ్రీరంగ రంగ రంగా
నిను బాసి యెట్లునే
మరిచుందురా"

అని పాడుకుంటూ ఒక స్త్రీ కావేరిలో మూడు మునకలు వేసింది

"రాత్రి రంగని సేవలో పురందర విఠల భక్తుల సంకీర్తనం సేవించడానికి రాలేదేమమ్మా?" అని ఆమె పక్కనున్న మరో స్త్రీని అడిగింది

ం చెప్పమంటావు? దేనికైనా అదృష్టముండాలి ఆ స్వామినే
ంటూ పరున్నాను" అన్నది రెండొ ఆమె

క తీరిక లేదా?" అన్నది మొదటి ఆమె 'ఆడదై పుట్టే కంటే అడవిలో
ండం మేలనేది మా పెద్దమ్మ పేరిందేవి" అన్నది రెండో ఆమె

వారు మాట్లాడుకొంటూ వుండగా, బిలబిల మంటూ రంగని మొదటి
ని కమలాక్షులు యిత్తడి బిందెలు పట్టుకొని నదికి వచ్చారు నదిలో
ంనకలు వేసి, ముఖాలకు పసుపు రాసుకుని, నీరుగారుతున్న కురులను
వేసుకొని, తమ వంటిని అంటి పెట్టుకొని వున్న తడి చీరల్లో నుంచి
తొంగిచూస్తుండగా తిరిగి బారులు తీరి వెడుతున్నారు ఆ దృశ్యం
ంగా వున్నది

ంరాగి-

జన్మం బేమి జీవనము
ాయ కాయం
ంన్మం బేమి జీవన
నా ప్రారబ్ధ కర్మము
నన్నిటు జేసి మరచేడు"

ంనప బుర్ర తంబురా మీటుతూ, పాడుతూ భిక్షాటనానికి పోతున్నాడు

డ నుండి లేచి సత్రంలోని నా విడిదికి వెళ్ళాను

మూర్తుల సంభాషణే నా చెవుల్లో యింకా గింగురు మంటున్నది

స్త్రీ జన్మ అరటాకు ముల్లు సామెత వంటిది మేడలు మిద్దెలు, ధన
తులతూగుతుంటే నేమీ? అర్థం చేసుకొనే భర్తలేని స్త్రీ జీవితం వ్యర్థం

X X X

సంధ్య వేళ, రంగనాధుని కొలువులో పాల్గొన్నాను అప్పుడు ఆ స్వామి సన్నిధిలో మువ్వగోపాలుడు నా నోట ఈ విధంగా పలికించాడు

"తరుణిరో! నన్నాడ దానిని జేసిన విధికి
తగలక పొయ్యేనా నా వుసురు
మగువా పాపపు బ్రహ్మ మగవాడు గావున
మనసు తెలియడాయెనే
అగణితముగ నే మగవానినైతే వాని
బిగువెట్టిదో చూతునే
ఇపుడేమి సేతునే"
ఏమి చేస్తారు? ఏమీ చేయలేరు

మరి యెందరి అబలల కన్నీరు శాపమై తగిలిందో ఆ బ్రహ్మకు పూజలు లేకుండా పోయాయి

ఇలా తలుచుకుంటుంటే మురమళ్ళ వీరేశ్వరుని ఆలయంలో కలిగిన ఒక అనుభవం జ్ఞాపకం వచ్చింది వీరేశ్వరునికి నిత్య కల్యాణం కదా ఒక రోజున కల్యాణ మహోత్సవం జరిగిన తరువాత ఆ గుడి నుంచి భోగ వనితలు కవి పండితులందరి సమక్షంలో ఒక కచేరీ చేశారు పెద్ద కాసులు నాయకం, చిన్న కాసులు ఆట. ఆట బాగానే వుంది అరగంట తరువాత ఆది శంకరుని అమరుకంలోని ఒక శ్లోకాన్ని పండితుల కోర్కెపై అభినయించారు

తెనుగ భాషలో ఒక పదకేళిక చేయించమని కోరాను ఆ కచ్చేరి పెద్దను

"ఆ ! తెనుగులో అంతటి లోతైన భావాలు ఒప్పించే రచనలే మున్నాయి' అని చప్పగా చప్పరించాడు ఆ అరామ ద్రావిడ పండితుడు

నేను ఒక్క నిమిషం నిశ్శబ్దంగా మువ్వగోపాలుని స్మరించాను అటుపై -

"చూడరే! అది నడిచే వొయలు
సుదతి చేయు జాడలూ

కదిది కులకాంత అత్తింటి కోడలు
ల్ల గోపాలుని విడిది కేగెను"

ంవ్వగోపాలుడు ముచ్చటగా యీ పదం నాచే శహన రాగం త్రిపుటలో
పజేశాడు

" తడవెందుకు కాసులూ కానియ్యి అభినయం" అన్నాడు ఆ ప్రౌఢ
ుడు

న్న కాసులు ముక్కు విరుస్తూ, మూతి విరుస్తూ, చేతి వేళ్ళతో మెటికలు
, అరు సార్లు శరీరాన్ని అటు యిటు త్రిప్పి, అభినయం ముగించింది.

ంతేనా యింకేమైనా వుందా" అని నేనడిగాను.

కేమి ప్రభువులు చిత్తగిస్తే నేను చూపుతాను పసిది అదేమి చేయగలదు"
పెద్ద కాసులు

మ్యారము ఒలుకబోస్తూ ముందుకు వచ్చి, నడుముకు చీరకొంగు బిగించి
ాగం ఆలపించడం మొదలుపెట్టింది

ఁమని నేను సంజ్ఞ చేశాను

గు పెద్దకాసులూ ఆగు ఆ కవి వర్యులు ఏదో ఆజ్ఞాపించబోతున్నారు"
న్న చూసి ముసి ముసి నవ్వులు నవ్వుతూ చేతికి చుట్టుకున్న సన్నజాజుల
వాసన జూచుకున్నాడు ఆ పండితుడు

డిగిన ఒక క్లిష్టప్రశ్న :

ాదరే అది నడిచే వాయలు"

ిని అద్భుతంతో చేయాలి లేదా ఈర్ష్య, వితర్కాలతో ప్రారంభించాలి
ుదే, తాళం అదే. ఎలా ప్రదర్శిస్తారో చూపించి కేళిక ప్రారంభించండి"

"ఇదొక చిక్కు ప్రశ్నే, కంఠ ధ్వనిలోనా, లేక తాళ విన్యాసముతోనా అయ్యవార్లుంగారూ" అని అడిగింది పెద్ద కాసులు

"ఈ వాద - సంవాదాలు, తర్క - వితర్కాలు, ప్రశ్నలు - సమాధానాలతో శాస్త్ర చర్చలతొ పొద్దుపుచ్చక అదెదో నీవే సెలవియ్యాలి క్షేత్రయ్యా" అన్నాడు అప్పటి వరకూ నన్ను గురించి పూర్తిగా అవగాహన లేని ప్రౌఢ శాస్త్రవేత్త

'ఇదే సమయం క్షేత్రయ్యా చూపించు నీ తఢాకా' అని మువ్వగొపాలుడు నా హృదయంలో నుండి పలికాడు

చూడరే అది నడచే హొయలు

ఇందులో 'చూ' అనే అక్షరము - తాళం దెబ్బ వేసి ప్రారంభించి, కంఠంలో కొంత బింకము కనబరచితే - అద్భుతం పలుకుతుంది అటుగాక, 'చూ' అనే అక్షరముతో తాళ ప్రస్తారము చేస్తూ గమకముతో పాడితే వితర్కము, హేళన, ఈర్ష్య పలుకుతాయి" అన్నాను

"చిత్తగించండి అభినయం పట్టుతాను" అన్నది పెద్ద కాసులు పది భావాలు పట్టి ముగించింది

"చాలునా? తృప్తి పడ్డారా?" అన్నట్లుగా ఆ శాస్త్రవేత్త నా వైపు చూచాడు నేను తృప్తి చెందలేదని గ్రహించాడు

"తమరు అభినయించి చూపించండి జన్మ తరింప జేసుకుంటాను" అన్నది ఆ భోగవనిత

అది వెటకారమో? కుతూహలమో?

సభకు అధ్యక్షత వహించిన పెద్ద నా పక్కకు తిరిగి చూచాడు ఆ కేళికను వర్ణించే ముందు ఆనాటి సభ గురించి చెబుతాను

ఆ పెద్ద మనిషి నడి వయస్సులో వున్నాడు చెవులకు రవల తమ్మెట్లు, చేతులకు గంటాకంకణాలు, రెండు చేతులకు నాలుగు వ్రేళ్ళకు నాలుగేసి వుంగరాలు, మెడలో పులిగోరు పతకం, తెల్లని-సన్నని పట్టుధోవతి, కుడతా, కుడిచేతి

ష్టా మల్లెపూల దండ, మెడలో సన్నజాజుల మాల, తల చుట్టూ మల్లెల
డ పునుగు జవ్వాదుల ఘుమ ఘుమలు, నుదుట కస్తూరి బొట్టు, పూర్ణ
ంబూలం సేవించిన నోటి సువాసన రంగడా పూల రంగడా అన్నట్లున్నాడు

ఇక సభాసదులందరూ తెల్లని వస్త్రాలు ధరించారు పద్మాసనం వేసుకుని
ర్చున్నారు

"కాసులూ ఆంగిక, సాత్విక, శుద్ధ సాత్వికాలను విశదంగా తెల్పుతూ
నయించాలి" అంటూ నేను పాడడం ప్రారంభించాను ఒక్కొక్క చరణం
క్క పర్యాయం పాడి, ఆపి, అభినయం, వివరించి, ఆ పైన తనను
నయించమన్నాను

మొదట పల్లవి -

'చూడరే అది నడచే హొయలు -

ప్రదర్శించవలసిన భావాలు

ఆ జాణ

ఆ నెరజాణ

తంజ నగరం టపాకాయ, తారాజువ్వ -

దాని మనస్సు కొత్తిమీర కట్ట!

(అంటే 'చూడడానికి సుందరం - నలిపితే నల్లి వాసన అనే భావం'

అది పట్టపగలే నక్షత్రాలు మొలిపిస్తుంది

చల్లని నీళ్ళతో యిల్లు తగలబెడుతుంది

దానికి అర్ధరాత్రి గొడుగు కావాలి.

మరి పగటి దివిటీలో?

ఆ వొంపులు, ఆ సొంపులు, ఓయమ్మో! వగలాడి, మిటారి!

10 పడుచుతనం పొంగు

11 పచ్చిపాల మీద వెన్న తీస్తుందే!

12 అదేమీ నడక అలా ఉలికులికిపడుతూ!

13 వంటి నిండా బట్ట కప్పుకోదు

14 ఏమి జూచుకొనో ఆ మిడిసి పాటు?

15 వారు గనుక సరిపోయింది నేనైతేనా - ఆకు రాయితో అరగ దీస్తాను

సానమీద మంచి గంథం చెక్కలా అరగ దీస్తాను

16 ఇంట అంతటి మగరాయడున్నా యిదేమి చోద్యమో!

17 దండును గెలిచి నాడట దాని మగడు కాని, పాపం యింట్లో ఆడదానికి జవాబు చెప్పలేక పోతున్నాడు

18 పాపం అలవాటు పడ్డ ప్రాణం - అది మాత్రమేమి చేస్తుందే?

19 అవ్వ! సిగ్గు సెరం వుండద్దూ? ఉండాలి మరి

ఊ పోనిద్దూ - సిగ్గు సెరం చిన్నప్పుడే వదిలేసింది

20 దారం తెగిన గాలి పటం

21 బలే బలే వచ్చేస్తూంది చూడండ్రా - ఆ వగలాడి, వయ్యారి బొమ్మ

22 చెప్ప శక్యం కాదు దాని చేష్టలు

23 ఆ కాళ్ళనడక, ఆ నడుము, అట్టిట్టు పూగిసలాటలు, ఆ చూపులు

24 మెల్లగా నడవమ్మా అరికాళ్ళు కందిపోగలవు, భూదేవికి దెబ్బ తగుల గలదు

25 అది పుట్టికొన్ని, పుట్టక ముందే కొన్ని నేర్చిందే - దానికి తెలియదుటే మధ్యలో మన గీతోపదేశమెందుకు మంత్రోపదేశం చేయాలి గాని

26 మందుల మారి

మంత్రాల మర్రి

అన్నీ ఏనాడో తెలిసికుంది అందుకే అసలైన వాణ్ణి బుట్టలో బెట్టి ఈ గాలి తిరుగుళ్ళు

పోనీ లెండర్రా ఇంతకీ మన గోపాలుని విడిది కేగా

ఎంత గోపాలుడైతే మాత్రం ఇంత బరితెగింపా? అదుపూ ఆజ్ఞా వుండనక్కరలా?

ఏ అర్ధరాత్రో, అపరాత్రో అందరి కళ్ళూ మూసి ఏ చీకట్లోనో రామా కృష్ణా గాని

ఎట్ట పగలు బట్ట బయలు మిట్ట మధ్యాహ్నం మింట చంద్రుడు మొలిచాడా?

మా కాలంలో యిలాంటివి ఎఱుగమమ్మా

గంజి పెట్టిన గుడ్డలా పెట పెట లాడిపోతోంది

ఈ విధంగా ఆ వాడకట్టు వయ్యారి భామలు, ముదుసలులు, ముగ్ధలు రూ ఆడిపోసుకుంటుంటే ఆ సమయంలో ఆ దివాభిసారిక ఎవరినీ లెక్క క నడచి వెళ్ళిపోతూనే వుంది)

ఆ మధ్య భర్త అనేవాడు దీనికొక పల్లకి చేయించుకొచ్చినట్లు జ్ఞాపకం

పల్లకి ఎందకే - దాని పడుచుదనం అందరికీ పంచవద్దూ బాట మీద నడుస్తూ 'అందు కోరా మిరాయి పొట్లం, తినరా లడ్డూ' అన్నట్లు?

చేతిలో మల్లెమొగ్గల దండలెందుకే?

తన మగరాయుడి చేతిని అలంకరిస్తుంది

మరి ఆ సన్నజాజుల చెండ్లు?

ఏమి తెలియని నంగ నాచి తుంగ బుర్రలా అడుగుతున్నావు. ఆ మాత్రం తెలియదా - శృంగార వనంలో పూల చెండ్లాడడానికి

ఈ విధంగా అర్థాభినయం, భావాభినయం చకచకా జరుగుతూనే వుంది

అంతలోనే తెల్లవారి పోయింది

అయ్యో అంతలోనే తెల్లవారే పల్లవి గూడా ముగింపలేదాయే సభ ముగిసింది

ఆ సభాపతి - రవల తమ్మట్ల శాస్త్రవేత్త

"భళిరా! భేష్ క్షేత్రయ్యా నీ విద్యకు మెచ్చాను దక్షిణాదిని అభినయ కళ వున్నంత కాలం ఈ పదం మాణిక్యంగా నిలుస్తుంది" అంటూ తన మెడలోని సన్నజాజుల దండ తీసి నా మెడలో వేసి పట్టు బట్టలతో సత్కరించినారు

'పల్లవిలోని ఒక్క పలుకు'కే యింత అభినయ ముంటే, యింత సమయం పట్టితే యిక పదమంతా అభినయించడానికి ఎంత సమయం గావాలి" అనుకుంటూ పెద్దకాసులు చిన్నకాసులు తమ యిండ్లకు వెళ్లారు

నాలో నేను నవ్వుకున్నాను

పెద్ద కాసులు, చిన్న కాసులు అంత సమయమాడినా ఆంగికమే ప్రదర్శించారు స్త్రీల కుండే అహంభావం ఈర్ష్య, ద్వేషం, పరనింద, ఆత్మస్తుతి - ముచ్చట గొల్పింది

ఇక సాత్వికము శుద్ధ సాత్వికమా అది వేరొక రసలోక విహారం - అని నిర్ధారణ చేసుకొనగలిగాను

ఇక రంగని ఆలయంలో రంగడెట్లున్నాడు?

అతడు స్పందించాడో లేదో నా పదానికి తెలియలేదు నా దిక్కు తిరిగి చూడనైనా లేదు

శేషతల్పంపై విశ్రాంతి తీసుకుంటూ లచ్చుమమ్మ మెత్తగా పాదాలొత్తుతూ వుంటే తన్మయత్వంతో తన్నుదా మరచి, హాయిగా తనకివేమీ పట్టనట్లు ఉలుకడు, పలుకడు

కావేరీ తీరంలో కొన్ని నాళ్ళుండి తిరిగి నా పర్యటన సాగించాను

క్షేత్రయ్య - తంజావూరులో జయభేరి

ంగాజమ్మ అష్టభాషా ప్రవీణ వేంకటాద్రి నాయనిం గారు మంగమాంబ

నుగు, తమిళము, కన్నడము, సంస్కృతము పాళి, ప్రాకృతము, శైరసేవి, , భాషలలో కవిత నల్లిన మహా విద్వాంసురాలు (కవయిత్రి) సంగీత భినయ శాస్త్రములందు సంపూర్ణ పాండిత్యము గల్గిన కళామూర్తి ఆమె రు దాస విలాసము" అనే యక్షగానమును ఎనిమిది భాషల్లో రచన చేసినది

సాయంత్రం ఆమెకు విజయరాఘవ నాయకులు తన ఆస్థాన మందు కొలువులో కనకాభిషేకము ఏర్పాటు చేసినారు తమ తండ్రి రఘునాధ ుని దినచర్యను ఒక చక్కని దృశ్య కావ్యముగా రచన చేసి తండ్రికి అంకిత ారు, విజయరాఘవులు

ంగాజమ్మ 'మన్నారు దాస విలాసము" రచన చేసి విజయ రాఘవునికి మిచ్చినది మన్నారుగుడి రాజగొపాలుడు ఈ రాజుల ఇలవేల్పు అతని ు విజయ రాఘవ భూపతి నేను తంజానగరము చేరిన నాడు ఈ విశిష్ట ెగినది అప్పటికే నేను పదకర్తగా ప్రఖ్యాతి గాంచుటచే సకల మార్యాదలతో ు ఆహ్వానింపబడ్డాను

ంగాజమ్మ కంఠమెత్తి వివిధ గీతాలను గానం చేసినది, అభినయ కముగా, నట్టువ ప్రసిద్ధ కాలయ్య ఆమెకు సహకరించినాడు అటుపై హూ ఆనందముతో హర్షధ్వనములు చేయగా విజయ రాఘవులు ఆమెకు ిషేకము వేడుక జరిపించినారు అంతట రంగాజమ్మ నావైపు తిరిగి "ప్రసిద్ధ ర్త క్షేత్రయార్యా ! మీరు ఒక పదము చెప్పి ఈ వేడుకలో పాలు పంచుకొండి' 'రినది వెంటనే శంకరాభరణ రాగం, త్రిపుట తాలములో నేను ఈ పదమును

ఆశువుగా గానము చేసినాను

"నేనే జాణ నె చిన్నదాన
మామవ మా మువ్వ గోపాల స్వామి" ॥

ఆట గల్గిన చోట - పాటలో పసలేదు
ఆటపాటలున్న - అందంబు సున్న
ఆట పాట గల్గి - అందంబు గల్గియు
నీటు గాను నిన్నే - మెప్పించేటందుకు ॥

విద్యా గల్గిన చోట - బుద్ధి మంచిది కాదు
విద్యా బుద్ధులున్న - వినయంబు సున్నా
విద్యా బుద్ధులూ గల్గి - వినయంబు గల్గియూ
నీటు గానూ నిన్నే - మెప్పించేటందుకు ॥

ధనము గల్గిన చోట - గుణము మంచిది లేదు
ధనము గుణములున్న - ధాతృత్వమే సున్నా
ధనము గుణము గల్గి - ధాతృత్వము గల్గి
నీటు గానూ నిన్నే - మెప్పించేటందుకు ॥

నా గాన మాగింది సభ నిశ్శబ్దంగా వుండెను మరి నా ఈ పదాన్ని అభినయించు వారు ఎవరు? అని అడిగాను

"నేను తప్ప ఈ పదానికి న్యాయము చేకూర్చే వారెవ్వరూ క్షేత్రయ్యార్యా! మీ పదములో చెప్పిన సర్వగుణ సంపన్నుడు మా విజయ రాఘవుడు" అని ఆమె నిండు సభలో నిలువబడి నడుముకు చీర చెంగు బిగించి, సభకు నమస్కరించి చతుర్వర్ణ చూర్ణికను పఠించి శుద్ధ పుష్పాంజలి సమర్పించి నా పదము అభినయించుట మొదలు పెట్టినది నా గళము గాత్రము ఆమెతో సహజము గానే సహకరించినవి సహృదయులైన కళాలోకము మెచ్చగా సభ విజయవంతముగా ముగిసినది మువ్వగోపాలునికి ఆస్థానములో సముచిత స్థానము లభించింది

కొంత సమయము గడిచినది

విజయ రాఘవుడు సరసుడు, రసికుడు, సర్వ విద్యాపారంగతుడు తన
ష్ట వచ్చినపుడు నాచే పదములు చెప్పించుకొని ఆనందించుచుండేవాడు
ే సత్కారాలు పండిత మర్యాదలు ఘనముగా జరుగుచుండినవి

ఆస్థానములోని కొందరు కవులకు అది కన్నెర్రనైనది "మన రాజు, గొపాలుని
మలో చిక్కుకు పోయినాడు లేకుంటే అది కవిత్వమా - అదొక భాషయా
ారుల భాష రావే, పోవే, ఏమే లతో పాటలల్లి మన రాజు గార్ని మోసము
ుచున్నాడు" అని అనుకొనుచుండిరి

ఈ విధముగా వారి గుసగుసలు మొదలై, దర్బారు వరకు ప్రాకినవి

విజయ రాఘవులువారు నన్నొకనాడు పిలిచి క్షేత్రయ్యవర్యా! మానవ
యాన్ని బహుమార్దవంగా, మీరు స్పృశిస్తారు అది నాకెంతో ఇష్టము

కానీ కానీ ఆర్యా!

"రావే, పోవే, ఒసే, తుసే, అని వ్రాసేవి యివీ ఒక కవితయేనా అని మిమ్మల్ని
హాస్యం చేయుచున్నారు మా ఆస్థాన కవి పండిత విద్వాంసులు వారికి
ాధానం చెప్పలేరా? అని నిండు సభలో అడిగినారు నేను నిశ్శబ్దముగా వింటిని

సభ ముగిసినది నా విడిది చేరుకొంటిని ఆసనముపై అలాగే కూర్చుండి
ించితిని నడిరేయి గడచిపోయినది "మువ్వ గోపాలా! ఏమిటీ అపవాదు
ఓటమా? అని అలాగే ఆలోచించి, నిదురించి, ఉదయమే మేల్కొనగా
క ఆలొచన తట్టినది వెంటనే ఒక కమ్మ తీసుకుని ఈ పదము వ్రాయుట
ిలిడితిని

రాగము కాంభోజి - త్రిపుట తాళములో

ఆ పదమిలా సాగినది -

వదరక పాపావే వాడేల వచ్చీని వద్దూ రావద్దనవే
అది యొక్క యుగము వేరే జన్మమిపుడు
అతడెవ్వరో, నెనెవ్వరో? ఓ చెలియా
నిచ్చ నిచ్చలు నేదో వచ్చీని రేపైన
వచ్చిననుచు మదిలో
నిచ్చగా బరు వేడి నిట్టూర్పుల చేత
నింతిరో పెదవులెండి
హెచ్చైన వెన్నెల చిచ్చుల రాత్రులు
యెన్నెన్నొ గడిపితిని నేటి మాటలే ॥

వలపు కాడదే కదా వచ్చుననుచు దెరువులు జూచి వేసారితి
నెలనెంచి యలసితి నిలుపరాని ప్రేమ, నెమ్మది నడుచుకొంటి
కలకంఠి, శుకనాదములు వింటు మధు మాసములు గడిపితి వట్టి
ముచ్చటలిక నెలె

భామరో శకునములడిగితి మువ్వ గోపాలుడు వచ్చుననుచు
కామించి నాదుల గలయు చెలుల చూచి కరిగి చింత నొందితి ॥

యింత వ్రాసిన పిదప నా చేతి ఘంటము ముందుకు సాగదాయెను
ఇంకొక్క నుడుగు వ్రాసిన పదము ముగియును

మరునాటి ఉదయం విజయరాఘవుల వారి కొలువు కూటమునకు వెళ్ళితిని నిండు కొలువులో రజిత పళ్ళెములొ పట్టు వస్త్రములో భద్రపర్చిన ఆ కమ్మను తీసి వారికందించి -

మహారాజుంగార్కి విన్నపము -

"ఇందొక పదము వ్రాశాను పల్లవి అనుపల్లవి రెండు చరణములు పూర్తిగా రచించాను మూడవ చరణం ఆఖరి నుడుగు వ్రాయలేదు నేను సేతుయాత్ర సెవించి వచ్చెదను ఈ లోపున మన ఆస్థాన కవులను ఈ ఒక్క నుడుగు పూరించమని కోరుతున్నాను" అని రాజా వారికి ఆ కమ్మను అందించి నేను సెలవు తిసుకొన్నాను

ఓస్ ఒక్క నుడుగే కదా అదెంత పని అని అధిక ఉత్సాహంతో కవుల
మహారాజుం గారి వద్ద నుండి తీసుకొని వ్రాయ మొదలిడినారు. అది
యాసయైనది. ఎవరి వల్ల ఆఖరి పాదము ముగించ సాధ్యపడలేదు
, వారములు, పక్షము గడిచిపోయినవి. నేను వచ్చే రోజు ఆసన్నమైనది
తమకు చేతగాలేదని రాజా వారికి తమ అసమర్ధతను తెలిపి నా రాక
ఖండినారు.

ను వచ్చితిని. వారి ఆస్థాన పండితులు ఓటమిని అంగీకరించినట్లు
రు తెల్పి - నన్నే పూరించని కోరినారు.

హారాజా! అదేమంత కష్టమైన విషయమని -

రామ రామ - ఈ మేనితో నిక వాని
రాము జూడవలెనా? మొదటి పొందే చాలు"

ని పూరించి, పాడి, అభినయించి ముగించినాను - సభలో హర్షధ్వానాలు
ముట్టినవి.

టుపై విజయరాఘవేంద్రుని కోర్కెపై వేయి పదములు చెప్పినాను. మువ్వ
ునిపై వేడ్క మీరగ.

తంజనగరంలో కడసారి విందు

నేను తంజనగరం వదిలిరావడానికి నిశ్చయించుకొన్నాను ఒకనాడు మధ్యాహ్నం విజయరాఘవులుం గారు నన్నాహ్వానించారు వారు తాంబూలం సేవిస్తూ శయ్యామందిరంలో హంసతూలికతల్పం మీద ఒరిగి కూర్చున్నారు రంగాజమ్మ బంగారు పళ్ళెములోని లెత తమలపాకులు చిలుకలు చుట్టియిస్తుంది

ప్రత్యేక మందిరానికి సాధారణంగా ఎవరును వెళ్ళరు, ఆప్తులు తప్ప - అది కూడా సమయాసమయాల నెరిగి

నెను వారిని కలియడానికి వెళ్ళాను ఆయన ఈ విధంగా సంభాషించారు

క్షేత్రయార్యా! తంజనగరానికి తమకు చిరకాలంగా సంబంధముంది మా తండ్రి రఘునాధుల వారి కాలములో ప్రధమంగా తంజనగరాన్ని దర్శించారు ఆకాలములో రామభద్రంబ శుకవాణి మధుర వాని, ముద్దు చంద్రరేఖ మరెందరో విద్యావేత్తలు, పండితులతో కలకలలాడుతుండేది వారి ఆస్థానం, అటుపై నా రాజ్యపాలనలొ తంజనగరం ఇందిరామందిరాన్ని సరస్వతీ సదనంగా రూపొందించుటలో పాల్గొన్నారు ఆస్థానంలొని మహాపండితులను, కవులను జోడించారు కొద్ది రోజులలో స్వదేశం వెళ్ళనున్నారు మన స్నేహ చిహ్నంగా ఈ విజయ రాఘవునిపై ఒక చిన్ని కవితను అల్లరా

నేను కేవేలం రాజ్యపాలకొన్నే గానుగదా
కవి పండిత పోషకుణ్ణి - విష్ణుభక్తుణ్ణి

సంగీత శాస్త్ర సారము నెఱిగి, నా తండ్రి రఘునాథ భూపాలుని కీర్తిస్తూ యెన్నో యక్షగానాలను రచించాను" ఈ విధంగా వారి ప్రసంగము సాగింది

రంగాజమ్మ గదిలో ఒక ప్రక్కగా నున్న వీణ తీసి శ్రుతి వాయించ ప్రారంభించింది నేను అలాగే నిశ్శబ్దంగా కూర్చొని ఉన్నాను ఏమితోచక అంతట

ఇనుమంత సేవ నన్నేలి విజయరాఘవ
యింటికి బొమ్మంటివి
రసికుడా దానింట, రాతిరి నాలుగు జాములు
రమ్యముతో నుంటివి ఓరోరి జాణ!

నేనేవిధంగా కవిత నాలపిస్తూనే ఉన్నాను
విజయరాఘవులు సుఖనిద్రలోనికి జారుకున్నారు
వీణనాదమాగిపోయింది

నేను నా విడిది చేరుకొన్నాను
అటుపై గోపాలుని అనుజ్ఞపై పంచరత్నములు రచన జేసి -
విజయరాఘవ ప్రభువులకు సమర్పించాను

తంజావూరుకు నాకు గల సంబంధం నేను మువ్వగోపాలుని సందర్శించక పూర్వం, కొంత సమయం 'జింజి' దుర్గంలో గడిపే అవకాశం నాకు లభించింది అప్పుడే తుపాకుల వేంకట కృష్ణులవారితో పరిచయమయింది ఆ కాలములో రాజకీయ సంబంధమైన కార్యార్థినై తంజాపురి రఘునాథ నాయకుని సహాయం కోరి, అర్థినై వారి ఆస్థానం దర్శించాను నే వెళ్ళిన కార్యము సాఫల్యమైంది తంజనగరం ప్రభువులకు నేను ప్రత్యేకంగా ఋణపడివున్నాను- రఘునాథుని కాలంలో గాకపోయినా ఆయన తనయుని కాలంలో ఆ ఋణం ఈ విధంగా తీర్చుకోనిచ్చాడు మువ్వగోపాలుడు

అలాగే మూడు పదాలను తుపాకుల వేంకట కృష్ణునిపై నాచేత చెప్పించాడు గోపాలుడు

తుపాకుల కృష్ణయ్య

నేను ముద్దుపురికి తరలి వచ్చేముందుగా తుపాకుల వేంకట కృష్ణమానాయనిం
౧ కలిసికోగోరి ఈ పద కమ్మను వారికి పంపినాను

1 ఏమననే సుద్దులే - మే బంగారు బొమ్మ
ఏమనెనే మరుగేల దాచకే
రామ తుపాకుల రాయడ నీతో ॥

మానిని ముందుగా - నా మాట నీవెత్తితివో
తానె పల్కరించెనో - దయ నాపయి గలిగి

కానుక తనచేత బూనె నో యందిమ్మని
యాన తిచ్చెనో నా మీ - దానమో చెలియ ॥

2 వనితరో వాడీడకు - వచ్చేననెనో లేక
ననుతోడి తెమ్మనెనో

ఇట్లు పద కవిత "(అసంపూర్ణ) కమ్మ నాయినిం గారికి వ్రాసి పంపినాను

వార్తాహరుడు - ఆ కమ్మను గొనిపోయి వారికిచ్చినాడు ఆ కమ్మను చదవి
నిని ఒక వెండిపళ్ళెంలో నుంచి - ముత్యాల పల్లకీలో పెట్టి - బోయీలతో
ఖుంచి తిరుగ పంపినారు

వారి రసికతకు నా హృదయముప్పొంగి నేను వెంటనే వారి దివాణమునకు
ను వారు ననుజూచి తమ ఆసనము నుండి దిగి - నాలుగడుగులు నడచి
, నను సాదరముతో కౌగిలించుకొని లోనికి తీసుకొనివెళ్ళారు

ఇద్దరము వుచితాసనములపై కూర్చున్నాము

కుశల ప్రశ్నలడిగి - అటుపై నేను మువ్వకు తిరిగి వెళ్ళుతున్న విషయం తెలుసుకున్నారు పిమ్మట క్షేత్రయ్య - నిను యీడకు తోడి తెచ్చుటకు ముత్యాల పల్లకీ పంపినాను అటుపై

అని క్షణమాగినాడు

"నా ప్రాణ విభుడు
నెనరుతో మాటాడెనా - నేర మెంచెనో లేక
వినిపింపువానిమాట - వినముచ్చటయ్యెని
వేడుక తుపాకుల వెంకటకృష్ణుడు
గూడే వేళలోనె - నోడితినంట
నేడా సుద్దులేమై - నీతో మందలించెనో
మోడిగా నున్నాడో - మదతిరో వినవే

ఈ విధంగా పదం ఆశువుగా పూరించినాను

"భళి ! క్షేత్రయా నీకు నీవే సాటి "

అని మెచ్చి తగురీతిని సత్కరించి
తిరిగి విడిదికంపినారు

వెంకటకృష్ణుల సెలవు ఈ విధంగా తీసుకోవడం జరిగింది

గోలకొండ కోటలో

ేను తంజనగరంలో వుండగా ఒక రోజున ఒక వార్తాహరుడు గొల్లకొండ
కున్న అబ్దుల్లా కుతుబ్‌షా నుండి ఒక ఆహ్వానం తెచ్చినాడు అందులో నా
ేత గురించి పాదుషా వారు వినినట్లు, వారి దర్బారులోని వాగ్గేయ కారుడు
ంమూర్తితో నా కవితా వాదనను వినాలని వారు ముచ్చట పడుతున్నట్లు
వారి దర్బారు నలంకరించిన తారామతి, ప్రేమావతి సోదరీ మణులు
ఆ వాదులో పాల్గొంటారని తెలియబరచారు విజయ రాఘవ నాయకులు
హ్వానం నాకు అందించారు ఆ మహమ్మదీయ ప్రభువు దర్బారును
శ్చించాలని నాకు వేడుకయింది

ేను గొల్లకొండకు చేరాను మా కళా ప్రదర్శన సభను తారామతి, ప్రేమావతుల
త మందిరంలోనే ఏర్పాటు చేశారు అదొక అత్యంత రమణీయ ప్రదేశం
ండ కోటకు వెలుపల విడిగా ఒక ఎత్తు ప్రదేశంలో దాన్ని నిర్మించారు భేరీ
'అల్గోజా' వాద్యం సంగీతం ఆలపిస్తుండగా ప్రభువులు, కవులు,
తులు, సభలోనికి ప్రవేశించారు అందరూ ఆసీనులైన తరువాత సోదరీ
లిద్దరూ మేలి ముసుగులు ధరించి వచ్చి ఒక పక్కగా కూర్చున్నారు అతిలోక
రులు అపురూపము వారి అవయవ సౌష్ఠవము బ్రహ్మ దేవుడు తన అర్ధాంగి
తితో సంతోషంగా ముచ్చటలాడుతున్న సమయంలో ఈ సౌందర్యాన్ని
చాడేమో అని కొన్ని క్షణాలు వారినే తిలకిస్తూ వుండిపోయాను

ా పదకవితను ప్రారంభించమని పాదుషావారు అగరు, చందనము, అత్తరు,
లతో సంపూర్ణ తాంబూమునిచ్చినాడు

'ఏమిటి సెలవు?' అన్నట్లు పాదుషా వారిని చూచాను పాదుషా వారు ఆస్థాన
ముకారులైన తులసి మూర్తిని చూచారు

తులసి మూర్తి గారు యిలా అన్నారు -

“క్షేత్రయ్య గారూ మీరు పదకవితా రచనలో ప్రసిద్ధులని ప్రభువులవారు విన్నారు ఒక వినూత్న పద్ధతిలో, సంగీత ఫణితిలో గానం చేయడానికి, అభినయించడానికి అనువైన పదములను మీరు రచించినట్లు తంజపురి, మధుర ప్రభువులు తెల్పినారు మీ రాక మాకెంతో ఆనందదాయకమైనది ఈ రోజు మీరు శుద్ధ ఆంగికాన్ని ప్రదర్శించడానికి అనువైన ఒక పదాన్ని ఆలపించాలని మా కోరిక ”

క్షణకాలం ఆ అక్క చెల్లెళ్ల అపురూప సౌందర్యాన్ని తిలకించాను మేలిముసుగు తొలగించుకొని వారు ఒకరినొకరు చూచుకొని కళ్ళతోనే మాట్లాడుకొన్నారు

నేను సభను ఒక్కసారి తిలకించాను సౌరాష్ట్ర రాగంలో, చాపు తాళంలో పదాన్ని అందుకొన్నాను

ఏ తీరున రమణిని గెలిచి నీ - వెల్లు
రూపొదువో?
చూతము రారా! మదన ! నీ
చేతి బలిమి మా చెలియ బలిమి ॥ఏ తీరున॥

రాతిరనే యేనుగ నెక్కి - రాకా చంద్రుడు
గొడుగు గాను
లేత తెమ్మెర మొదలైన బలముల - చేత గెలిచెద నంటివా?
పోతు టేనుగు కుంభములే - పొలతిగుబ్బలు మోము చంద్రుడు
నాతి ప్రాణములె చలువ తెమ్మెర
జాతి వారిలో పగలు గలదా! ॥ఏ తీరున॥

జంటవిరి దమ్మి యెద - నంట గుమ్మెద నంటివా?
దంటవే చెలి కేలు దమ్మి - తమ్మి యొకటె సుమ్మీ?
తుంట విల్లొక్కటి నీది - తుని యని విండ్లు చెలియ కన్బొమలు
యింట గెలిచి రచ్చ గెలువ వలెనను - నెన్నిక లేక బూనితివి
॥ఏ తీరున॥

[illegible]

దృష్టిలో పెద్దదే కావచ్చు" అన్నది తారామతి

"చెప్పండి తడవేల? కోర్కెలు దీర్చువాడు మువ్వగోపాలుడుండగా సందేహమేల?" అన్నాను

"ఇంతవరకు మీ పద వాణి పలుకగా - నాట్యవాణి అభినయించింది ఇక అలా కాకుండా ఏదైనా ఒక పదం పల్లవి ఒక రాగంలో ఆలపించండి ఆ రాగానికి అంబరమంత వైశాల్యం వుండాలి ఇక సాత్విక భావమంటారా? తమరు యిక్కడ వున్నన్ని నాళ్ళూ మా సోదరి ఊహించి సంచారులు గుప్పించాలి అటుపై ఆ భావాలన్నింటినీ చేర్చి తమరు ఒక పదంగా అల్లాలి అది కళాలోకంలో మీ. మా కానుకగా చిరస్థాయి కావాలి ఇది మా సోదరి ప్రేమావతి తన కోరికగా తమకు వినికిడి చేయమంటున్నది" అన్నది తారామతి

నాలో నేను నవ్వుకున్నాను అంబరం దిక్కు చూచాను 'నీలాంబరి' నా కనుల ముందు దర్శనమిచ్చి 'క్షేత్రయ్యా నన్ను ఉపయోగించుకొ ఆకాశపుటంచులు తెల్పుతూ విన్యాసాలు చేసే శక్తి నీకొక్కడికే వుంది' అని నా చెవులలో ధ్వనించింది

శృంగార అద్భుత రసాల మేళనంతో ఒక నాయికను సృష్టించి సభ ముందుంచాను

"ఎటువంటి వాడే? వాడూ - ఓ యమ్మ - వాడెన్నడూ నీ వీధిని రాడూ!
కుటిల కుంతలి మువ్వగోపాలుడట పేరు ॥ఎటువంటి॥

"మువ్వగోపాలుడు నీ కోర్కె తీర్చినాడు తడవు సేయక ఆ నాయికను నీ సాత్విక భావ అభినయ సంపదతో రూపొందించాలి" అన్నాను

ఆ జవ్వని అభినయ కేళిక కుపక్రమించింది త్రివిధనాయికా భావాలు, అష్టవిధ నాయిక అవస్థాభేదాలు, శృంగార, అద్భుత రసముల పొందిక, దశావస్థలు, వ్యాపారాలు, చేష్టలు, ముప్పది మూడు సంచారాలు, నాట్యధర్మి, లోక ధర్మి పద్ధతులలో కొంత తడవు అభినయించింది

మరునాటి నుండి నలభై రోజులు పాదుషా వారికి వెయ్యిన్నెన్నూరు (పదకొండు

ందల) పదములు వెడ్కతో మువ్వగోపాలుడు నాచే వినిపించాడు ఆ నలువది నములు ఆ కోమలి దినమొక్కజాము ఆ పల్లవిని వివిధ భావాలతో ’భినయిస్తూనే వున్నది

ఆఖరి దినము పండిత సత్కారము ఆమె అభినయించిన భావాలన్నీ ముువ్వగోపాలుడు నాతో చెప్పించాడు ఈ పదములో

నీలాంబరి రాగం - త్రిపుట తాళం

ఎటువంటి వాడే? వాడూ - ఓయమ్మ -
వాడెన్నడు నీ వీధిని రాడూ !
కుటిల కుంతలి మువ్వ - గోపాలుడట పేరు ॥ఎటువంటి॥

నల్లని మేని వాడట ఓయమ్మ ! వాడు -
నయము లెన్నో చేసునట!
చల్లగా మాటాడు నట! - సరసము వాని సొమ్మట!
కల్లగాదట వాడు - కళలంట నేర్చునట! ॥ఎటువంటి॥

బంగారు దుప్పటి వాడట వా డేమేమో
పంతము లాడు కొన్నాడట!
అంగన లెందరనైన నలయక గూడునట
సంగీత లోలుడట - చాలా యీవి గాడట ॥ఎటువంటి॥

నన్నేలే మన్నాడట అంతలో నాదు చిన్నెలు - దెలిసినాడట
చిన్న వయసు వాడట - చెలియ!
యందగాడట ॥ఎటువంటి॥

“ఆర్యా ఇటువంటి స్వామి కొరకే యింతకాలం తపించాను” అని ప్రేమావతి నా పాదములను తాకి నమస్కరించినది

గోల్కొండ పాదుషా వారు నన్ను ఘనముగా సత్కరించినారు నేను గోలకొండ పట్టణము విడిచి వెళ్ళే సమయమాసన్నమైనది

ముత్యాల పల్లకీలో కూర్చుండబెట్టి ఆస్థాన వాగ్గేయకారులు ముందునడువగా బిరుదు మిటారులు స్తోత్ర గానములు పాడగా, పగటి దివిటీలు యిరుప్రక్కల నడువగ

నన్ను సాగనంపుతున్నారు తారామతి, ప్రేమావతి మహల్ సమీపించాము రజిత పళ్లెంలో హారతులతో అక్కచెల్లెండ్రు నిలబడి హారతినిచ్చి

'స్వామీ! ఒక్కసారి మీ పాదము మా గృహములో మోపి పావనము చేయండి" అని ప్రార్థించినారు

నేను పల్లకి దిగి వారి మందిరములో ప్రవేశించినాను

వెండిగొలుసుల తూగుటుయ్యాలలొ నన్ను కూర్చుండ బెట్టి - పాదపూజ జేసి

"స్వామీ మరల ఎన్నటికో ఈ జన్మలో మిమ్మల్ని దర్శించుట

ఈ జన్మలో సాధ్యమవునట్లు వరమీయండి'' అని నా పాదములకు ప్రణమిల్లినారు

X X X

నేను తిరిగి మువ్వ చేరుతున్నట్లు వేగుల వారు గ్రామస్థులకు తెలియపరచినారు ఒకనాడు నే నెవ్వరో గుర్తుపట్టని పెద్దవారందరికి ఆత్మీయుడనయ్యాను

ఏ యింట జూచినా మువ్వగోపాల పదములే ఆలపిస్తున్నారు

మువ్వ చెరుకున్నాను, నర్తకుల ఊరు ద్వారా మా మువ్వ రావెలను ఆ మార్ధంగీకులు - మృదంగాలు వాయించగా నాయకురాం(డ్రు తాళములు స్తూ మధురంగా గొపాలునిపై గీతములు పాడగా, జవ్వనులు నర్తనమాడుతూ పొలిమేరలో నాకు స్వాగతము చెప్పి హారతినిచ్చి, నర్తనమాడుతూ తమ లోనికి గొనివచ్చి, చందన పుష్పాదులతో సత్కరించి మువ్వపురి జేర్చినారు

మువ్వగోపాల స్వామి ఆలయము కెదురుగా పొన్న చెట్టు వద్ద ఒక వేదిక రచినారు ఆ పూరి పెద్దలందరూ చేరి "మా వాడు, మా వూరి వాడు, మనకు కారణం నేను చిన్ననాడే అనుకున్నాను ఇంత గొప్పవాడు అవుతాడని లాగూ పెద్దవారందరు పొగిడినారు నా సంచారము, పర్యటన ప్రాంతాలు సాధించిన విజయాలు తెలుపమన్నారు

అప్పుడు ఈ విధంగా ఆశువుగా గానము చేసితిని

వేడుకతో నడచుకొన్న - విటరాయడే
ఏడు మూడు తరాల నుండి యెందున గాని యవలె
కూడు కొని మువ్వ గోపాలుడు కృపగల్గి నా విభుడు ॥

మధుర తిరుమలేం(ద్రుడు - మంచి బహుమాన మెసగి
యెదుట గూర్చుండమని - యెన్నిన యిమ్మనిన
యిదుగో రెండు వేల పదము - లిపుడెంచుకొమ్మనిన
చదురు మీద నేనున్న సామికి - సంతోష మితింత గాదే ॥

అళిమీర తంజాపురి - నేలకొన్న విజయరాఘవుని
వెలయమునజులవెంబడి - వేగమె పొడగాంచి
చలువ చప్పరమున నుండగ - చక్కగ వేయి పదముల
పలుకరించుకో గానే బహుమానమిచ్చి నావేళ ॥

బలవంతుడా గోలకొండ పాదుషా బహుమాన మిచ్చి
తలసిమూర్తితో వాదు దలచెనా వేళ

వెలయ మువ్వగోపాలుడు వెయ్యిన్నేనూరు పదములు
నలువది దినములలోన నన్ను గలసి వినిపించెనే?

ఈ విధముగ నేను సందర్శించిన సంస్థానములు
అచ్చట కవి గాయక పండితులు, సత్కార సమ్మానములు
ఆస్థాన మర్యాదలు, నన్నాదరించిన తీరు అన్నీ వివరించినాను
ఎక్కడకు వెళ్ళినా, ఏ ఆలయము సందర్శించి నా
నా మువ్వ గోపాలుణ్ణే కీర్తించినాను అని తెల్పినాను

సంధ్య పూజకు సమయమైనది అందరము మువ్వగోపాలుని
ఆలయము చేరినాము ఆలయపూజారి వృద్ధులైనారు అశ్రునయనాలతో
నన్నాహ్వానించినారు కొలనులోని రెండు తామరలు ఒక జవ్వని కోసి తెచ్చి
స్వామి నర్చించుటకు నాకిచ్చినది

హృదయార్పణం

ఆనాడు, ముక్కోటి నాడు శ్రీకాకుళము ఆంధ్ర విష్ణువు ఆలయములో ినట్లు జనసందోహముతో నా మువ్వగొపాలుని దర్శనం కొరకు జనము ినారు

సంధ్యపూజ ముగిసింది.

గోపాలస్వామి కొరకు నృత్యపూజ ఏర్పాటయినది నేను కొద్ది దూరములో ర్చొని చూచుచుంటిని

నర్తకి నాట్యమాడినది నర్తనము ముగించి అభినయించుటకు సారంగ ము ఆలపించినది అది నా హృదయాన్ని ఆకర్షించింది దూరంగా పొన్న ట్టు క్రింద నున్న నన్ను ఆ జవరాలు చూచినది

"రమ్మనవే సముఖాన రాయబారము లేలే
కమ్మవిల్తునిగన్న చక్కని మువ్వగోపాలుని ॥

సొగసు జేసుకవచ్చి సుదతులందరూ చూడ
వగలు జేసి తలవాకిట నిలిచి
తెగనాడే విధమేమొ దినదినము క్రొత్తలాయ ---

ఈలాగున ఆమె అభినయించడము మొదలు పెట్టినది
నే నట్లే చూచుచు ఉండిపోతిని

'ఇరవంద నిన్న మాయింటి వరకు వచ్చి
తిరుగవేంచేసెనట సరిప్రొద్దువేళ
విరిబోణులెవ్వరో వేళగాదనిరట - తరుణిరో మేమెంత దొరలమా ?

నేనెరుగకనే ఉన్నచోట నుండి కొద్దిగా కదిలినాను మరి కొంత తడవైనది ఉన్నచోటనే లేచి నిలిచినాను

ఆమె పాడుతుంది, అభినయిస్తుంది మద్దెల తీయగా పలుకుతుంది ఆ సంగీతము అభినయం నన్ను తన్మయున్ని జేసినవి

అంతట ఆమె అనుకోకుండా ఆ ఆటపాట ఆపివేసింది, నేను నిద్ర మేల్కొన్నట్టయినది

'ఏమిసేతునే? కొమ్మ నేనెటులసైతునే
భామరో! మా మువ్వగోపాలుడేల రాడే ఓయమ్మ"

అని హుసేని రాగం, ఏకతాళంలో పాడుతూ కేళిక మరల నారంభించినది
ఇక నేను నిలవలేక పోయాను
నా పాదాలు చరచర నడచి ఆమెను సమీపించినవి
ఆమెకు ఎదురుగా నిల్చినాను

ఏమి ఏ వరద నీ - మోము చిన్నబోయినది
నా మనసు నీ మనసు ప్రేమ నిండి యుండగ॥

ఘనుడ మువ్వగోపాలుడవు కంచివరద
నే తనివిదీర యలిగినదే - నెనరు లేని దానన॥

నేనిక ఆనందమును పట్టలేక
హృదయము వికసించగా నవ్వి
నా చేతిలో తామర పూవు ఆమెకిచ్చితిని
ఆమె నా పాదములకు ప్రణమిల్లి
ఆనందాశ్రువులతో పాదములను అభిషేకించినది

ఆ తరుణి మరెవ్వరో గాదు-

అలనాడు-

"మరి మా మువ్వ గోపాలుని ఆలయములో
ఎప్పుడు నాట్యం చేస్తారు" అని నే నడినప్పుడు
"నీవు పదాలు వ్రాసినప్పుడు అభినయిస్తాను అని నన్ను హేళన చేసిన
ాజతనయ

"ఎంతదూరమయ్యావు క్షేత్రయ్యా ! నా హృదయానికి
ఇంత దగ్గరగా వచ్చి అని ఆమె మెల్లగా పలికినది

X X X

ఆ రోజు పూర్ణిమ

ఉదయమే లేచి యధారీతి మువ్వగోపాలుని అర్చించుటకు ఆలయమునకు
,తిని - పూజారి హారతి ఇచ్చి గంట మ్రోగించుచున్నారు ఒక వార్తాహరుడు
ుము స్వారి చేయుచు ఆలయము దిక్కుగా వచ్చుచున్నాడు అలాగు రావడం
పూరివారికి క్రొత్త పిల్లలు ఆ గుర్రము వెనుక పరుగులెత్తుచూ కేరింతలు
ట్టచూ, గుంపులు గుంపులుగా వచ్చుచున్నారు వార్తాహరుడు గుర్రము దిగి
చేతిలో లేఖనుంచినాడు తారామతి పంపిన లేఖ అది

క్షేత్రయార్యా! చెల్లెలు ప్రేమావతి కృష్ణ సాన్నిధ్యం చేరబోయినది
"ఏమి చేతురా ప్రాణేశా
నేనెటుల తాళనుర
ఏమోగాని నిన్నెడబాసినప్పుడే యీ
మేన ప్రాణము లేమిటివనితోచి" ని

"అని నాచే మువ్వగోపాలుడు పలికించిన పదమును వల్లించుచూ ప్రాణాలు
చినదట" ఏకాకినై విలపించు, దీనురాలను తారామతి ॥

లేఖ చదివినాను నిశ్చేష్టుడనై నిలిచాను నా జీవితములో మొదటిసారి కండ్ల నీరు నిండి, రెండు చుక్కలు రాలి భూమిపై పడినవి

నా కుటీరానికి తిరిగి వచ్చినాను జోడు గుర్రాలు కచ్చడం కట్టించుకొని శ్రీకాకుళం ఆంధ్ర విష్ణు ఆలయమునకు వెళ్ళితిని నేను శ్రీకాకుళము వచ్చేనని తెలిసి చుట్టు ప్రక్కల పూర్లోజనం ఆలయమువద్దకి మూగినారు నన్ను చూడడానికి

సాయంత్రం కావచ్చినది చంద్రోదయమయినది ఆ ఆలయ నర్తకీమణి నేను వ్రాసిన పదము నాకు అత్యంత అభిమానమైన ఆఖరి పదము - స్వామి పూజలో అభినయించినది

బిలహరి - త్రిపుట

ఇంత తెలిసి యుండి - యీ గుణమేలరా
పంత మా మువ్వ గో - పాల నా సామి ॥
అలుక జేసి యింటికి రా - వైతివి నెన్నరైన
చెలికత్తెలున్నారా - పిలువ వచ్చెరా

చెలికత్తెవైన నీవే - చెలువుడవైన నీవే
తలచి చూడనాపాలి - దైవము నీవే ॥
వింత దానివలే నన్ను - వేరు జేసిరావైతివి
అంతరంగులున్నారా నన్నాదరించేరా
అంతరంగమైన నీవే - యాదరించిన నీవె
చింతించి చూడనా - జీవనము నీవె ॥

శ్రీనిధి మువ్వగోపాల చేపట్టి నన్నేలితివి
నా నేర్పులెవ్వరై నా నందించేరా
నా నేర్పులైన నీవే నమ్మికలిచ్చిన నీవే
అనగా బలికెద నా - యానందమైన నీవె ॥

ముగిసింది. చందమామ మింట ప్రకాశించ మొదలిడినాడు

ఒంటరిగా కృష్ణ ఒడ్డుకు చేరుకుని అక్కడ కూర్చుంటిని నా కాళ్ళను
ు తడుపుతున్నవి

డి వారము
తె నుండి వచ్చాము
త కలుసుకున్నాము
వచ్చిన కార్యము ముగిసింది
ు వచ్చిన చోటుకే చేరుకుంది ప్రేమావతి ॥

అనుకొనుచు కూర్చుంటిని
యములో గంటలు మ్రోగినవి.
ుచంద్రుని ఒక చిన్న మేఘము కప్పినది
ాంతమంతటిని చీకటి ఆవహించినది
న్నీరు కాల్వ కృష్ణవేణిలో కలిసినది
తిని మువ్వగోపాలుడు వాచే పలికించినాడు . . .

త్రయ్య.

క్షేత్రయ్య పదాలలో స్త్రీ పర్యాల పదాలు

డా॥ నటరాజ రామకృష్ణ మాట

ప ఎటువంటి వాడే! వాడు! ఓ యమ్మ!
ఎన్నడూ ఈ వీధిని రాడు

అ ప కుటిల కుంతలా! మువ్వ గోపాలుడట పేరు

నీలాంబరి రాగం త్రిపుట తాళంలో ఈ పదాన్ని ప్రౌఢ అయిన సామాన్య నాయిక మనోభావాలను ఎరుక పరచేదిగా రచించాడు క్షేత్రయ్య

నీలమేఘ శ్యాముని వర్ణించడానికి నీలాంబరిని ఎన్నుకొన్నాడో ఏమోమరి! నాకయితే నా బోటి అభినయ కళాకారులకు పరీక్ష పెట్టడానికా అన్నట్లు రచించాడనిపిస్తుంది ఎందుకంటే అంబరానికి (ఆకాశానికి) సీమల నేర్పరచలేనట్లే ఈ పదాన్ని ఎంతోసేపు అభినయించినా, ఎన్నిమార్లు అభినయించినా నాకు చాలా క్రొత్తగా అద్భుతంగా అనిపిస్తుంది

అద్భుత రసంతో నిండిన ఈ పదంలో శృంగార రసం అభినయించినప్పుడు అంచెలంచెలుగా నవనవోన్మేషంగా శోభిస్తుంది ఆ శ్రీ కృష్ణ పరమాత్మ దేహచ్ఛాయ నీలం, అల్లల్లాడే మేఘాల వంటి కురులు, ప్రశాంత నీలాంబరంలో అప్పుడప్పుడు క్రమ్మే నల్లమబ్బుల్లా అల్లల్లాడు తుంటే, ఒక చేత మురళి త్రిప్పుతూ, రెండో చేతిలో పై పంచె అంచులు జీరాడకుండా అడ్డుపెట్టి నడుస్తూ, వచ్చే ఆకృష్ణుని హృదిలో నిలుపుకొని, కళ్ళల్లో ఆ చూసిన ఆనందాన్ని తనివి తీరా అనుభవిస్తూనే, తనకేమీ తెలియదన్నట్లు, ఆ కన్నయ్యను గురించి విన్న ముచ్చట్లు తాను తిరిగి ఏకరువు పెడుతూ చెలియతో ఆ నాయిక తన భావాలను ఎంత చక్కగానో వెళ్ళబుచ్చుతున్నది

ువంటి వాడే? అని అడగటంలోనే ఆ గోపాలుని గుణగణాలను, ప్పి, ప్రవర్తనను అన్నింటినీ ఆరా తీస్తుంది తర్వాతి చరణాలను గమనిస్తే ేదా, కళాకారుడనీ, కళాశాస్త్ర ప్రవీణుడనీ అన్నీ తనకు తెలిసినవే అయినా ుని వాడట' - ఇలా ఆఖర్న 'ట' వాడి క్షేత్రయ్య ఈ పదంలో నాయిక స్థితిని ఆతురతను, 'ఈ వీధిని రాడేమిట'న్న నిరాశను ఎంతో హృద్యంగా ేశాడు అలాగే 'ఓ యమ్మా' అని తన చెలియను సంబోధించటంలో ఆమెతో తనకు గల సామీప్య భావాన్ని అలాగే సహజంగా ుకుంటున్నట్లుగా ఉండే సంభాషణా రీతిని పదంలో ంపజేయటం క్షేత్రయ్యకు మాత్రమే సాధ్యం అని నా అభిప్రాయం ఈ ఇంకో విశేషం 'కుటిల కుంతలీ' అని చెలిని సంబోదించడం అయితే ుటిల కుంతలా మువ్వగోపాలుడట పేరు' అని గోపాలుని జుట్టుని ్లుగా అభినయించడం కూడా ఉంది కాని చాలా మంది లాస్య ు 'కుటిల కుంతలీ' అని అభినయించడటం కూడా ఉంది శ్రీ విస్సా ుగారి గారి పుస్తకంలో కూడా "కుటిల కుంతలీ" అనే ఉంది

య్య పదాలలో స్త్రీలను సంబోధించిన పర్యాయ పదాలు వందకు పైగా

ు 1 తరుణి 2 నారీమణి 3 తామర నేత్రి 4 కొమ్మా! 5 ముద్దుల 6 కలికి 7 మగువ 8. ఇంతి 9 భామ 10 చెలియ 11 వనిత 12 ుఖి 13 మానిని 14 ముదిత 15 ఇందు బింబానన 16 ఎలనాగ 17 18 పడతి 19 బిసరుహాక్షి 20 రమణి 21 వారిజాక్షి 22 చపలాక్షి 23 క్షి 24 తామరసాక్షి 25 పడుపగత్తె 26 వనజాక్షి 27 అక్కరో! 28 అతివ ి 30 రామ 31 నెలత 32 కన్నె 33 సన్నుతాంగి 34 వెలది 35 ుఖి 36 కోమలి 37 పొలతి 38 తలిరుబోణి 39 సుదతి 40 బాల 41 ాంగి 42 ఎమ్మెలాడి 43 విరిబోణి 44 కుటిల కుంతలీ 45 జవ్వని 46 47 మదిరాక్షి 48 వన్నెలాడి 49 మానవతి 50 నీలవేణి 51 చిలుకల 2 జలజాక్షి 53 కలకంఠి 54 పాటల గంధి 55 భామురాంగి 56 చక్కెర

బొమ్మ 57 నెరజాణ 58 అమ్మలార 59 శుకవాణి 60 సఖియ 61 తామరసనేత్రి 62 జవరాలు 63 భద్రాంగి 64 మోహపురాణి 65 హితకారి 66 ఇల్లాలు 67 తక్కులాడి 68 నాలిముచ్చు 69 గయ్యాళి 70 ముచ్చు 71 మందుల మారి 72 కొమరవీరుని చేతి కూన 73 ఉవిద 74 కుందరదన 75 మచ్చెకంటి 76 కామిని 77 నళినాక్షి 78 తోయజాక్షి 79 తొయ్యలి 80 గజరాజగమన 81 హరిణాక్షి 82 నరసిజాక్షి 83 కువలయాక్షి 84 కులుకులాడి 85 పుత్తడి బొమ్మ 86 సీమాటి 87 మొలక 88 మరుని చిలుక 89 మందగమన 90 వాలుకంటి 91 రమామణి 92 కామినీ మణి 93 ప్రాణ సఖి 94 సరసురాలు 95 లలన 96 పాటలాధరి 97 బోటి 98 పంచనకలసఖి 99 వామాక్షి 100 పూవు బోణి 101 సరసజ్ఞురాలు 102 సార సంగ్రాహి 103 పణతి 104 కప్పుర గంధి 105 మలయజ గంధి 106 కందర్పుని చేతి చిలుక 107 కంజాక్షి 108 పల్లవాధరి 109 మందయాన 110 అంగన 111 భామినీ మణి 112 కనకాంగి 113 ఇరవంద

ఇక నాయకులను సంబోధించిన విధానంలో పురుషుల కొరకు క్షేత్రయ్య వాడిన పర్యాయ పదాలు

1 విటరాయ 2 కోడెగాడు 3 వనజాక్షా 4 అన్నెకాడు 5 వలరాజు 6 నీరజాక్షా 7 కోమలాంగుడు 8 ధారుణీపతి 9 వితరణ శూర 10 మదనావతారుడు 11 భూపాల కుంజరుడు 12 ద్విజరాజు 13 జాణ 14 గుణశీలుడు 15 రతిలోలుడు 16 కందర్ప జనక 17 మదన లాహిరి 18 కమలజుడు 19 మాటకారి మామ 20 వన్నెకాడు 21 తలిరువిల్తుడు 22 పుట్టు భోగేంద్రుడు 23 చిన్నెలవాడు 24 వయ్యారి 25 శోభనాకారుడు 26 నళినాక్ష 27 సారసాక్ష 28 సరసుడు 29 ఎమ్మెకాడు

పై పర్యాయ పదాలను ఆయా పదాలలో క్షేత్రయ్య ప్రయోగించిన తీరు ఎంతో సునిశితంగా పరిశీలించితే గాని అభినయం చేసినప్పుడు దాని ప్రాముఖ్యం తెలియదు

క్షేత్రయ్య పదాలలో దృశ్యాలను సాహితీ వేత్తలాక మాదిరిగా, చిత్ర కళాకారులొక మాదిరిగా, సంగీతజ్ఞులొక మాదిరిగా, నృత్య కళాకారులొక మాదిరిగా,

ం చేస్తారు సాహితీవేత్తలు సాహిత్యం, భాష, అలంకార ఛందో శాస్త్రాలు అధ్యయనం చేస్తారు వారికే ఎంతో కొంత సంగీత జ్ఞానం కూడా ిలనలో రాగభావాలను కూడా అర్థం చేసుకొనే అవకాశం ఉంటుంది కి పదంలోని భావమే ప్రధానం ఆ భావంతోనే ఒక దృశ్యాన్ని తన ంపై ఎలా చిత్రించు కొంటాడో అలాగే రంగుల కలయికతో పదంలోని ియకులకు రూపకల్పన చేయగలడు అదే సంగీతజ్ఞుడు రాగ భావాలకీ నిచ్చి ఆ రాగాన్ని రసభరితంగా గానం చేసి సంపూర్ణంగా రాగ చ్చి రంజింపజేయగలడు అయితే దీనిని సంగీతం బాగా తెలిసిన పెంచి ఆనందించ గలరని నా అభిప్రాయం ఇక నృత్య కళాకారులకు దాభినయం ఒక గొప్ప పరీక్ష ముఖ్యంగా ఆంధ్రదేశంలో లాస్య లు శుద్ధలాస్యంగా వృద్ధి చేసిన కూర్చుని అభినయించే పద్ధతిలో ం ఒక ప్రత్యేక స్థానం పొందింది ఎందుకంటే పై నలుగురు విడివిడిగా ు నృత్య కళాకారుడు ఒక్కడే చేయాలి ఎలాగంటే క్షేత్రయ్య పదాలు ాషలో ఉన్నాయి కాబట్టి తెలుగు భాషను నేర్చుకోవాలి 16-17 ో క్షేత్రయ్య జీవించాడు అతని పూర్వకవుల రచనలు, అతని ల గురించి కూడా తెలిసికోవాలి అలాగే ఆ శతాబ్దిలో రాజకీయ, రిస్థితులను ఆకళింపు చేసుకోవాలి అంతే కాదు, తెలుగు భాషా ్ని అనుభవించాలంటే తెలుగు సాహిత్యాన్ని అధ్యయనం చేయాలి నుడికారాన్ని, సౌందర్యాన్ని, ఉచ్చారణను అర్థం చేసికొని వగలగాలి సంగీతంలో రాగాలు, భావగానం తెలిసి ఉండాలి రాగ ాటు, సాహిత్య భావ వ్యక్తీకరణకు ఎక్కువ ప్రాధాన్యమిస్తేనే క్షేత్రయ్య పదాల సోయగం, మాధుర్యం, మృదుత్వం, లాలిత్యం, గాంభీర్యం ్నెన్నో మనో భావాలతో మలచిన క్షేత్రయ్య నాయికలు మనకు ారు పదాన్ని అర్థం చేసికొన్న తర్వాత నాయిక భావాలను అప్పటి లతో కూర్చి మనం దానిని అనుభవిస్తేనే అభినయించటం, నాయికను ెదుట నిలపడం సాధ్యం తెలుగు భాష, సాహిత్యాలతో పాటు నాట్య

నాట్య రస శాస్త్రం - అంటే రస మంజరి, భరత రస ప్రకరణం మొదలైనవి - అధ్యయనం వేయాలి

క్షేత్రయ్య పదాభినయం అంటే రసజ్ఞులకు విందు నాట్యకోవిదులకు ఒక పరీక్ష నాకైతే క్షేత్రయ్య అర్థం చేసికొన్నంతగా స్త్రీ హృదయాన్ని మరో కవి పండితుడెవరూ అర్థం చేసికోలేదనిపిస్తుంది 16వ శతాబ్ది నాటి రచనలయినా ఇప్పటి తరాల స్త్రీ హృదయాలు మనకు ఈ పదాలలో కనిపిస్తాయి అందుకే క్షేత్రయ్య పడతుల మనోగతాలను వారిలో ఒకడిగా ఉండి అనుభవించి వ్రాసాడా అనిపిస్తుంది

క్షేత్రయ్యా !

నీ గురించి వ్రాయవలసింది ఎంతో వున్నా
వ్రాసే శక్తి వున్నా.
ఆర్థిక బలం లేక యింతటితో ముగిస్తున్నా

నటరాజ రామకృష్ణ

45 సంవత్సరాల నుండి నా ప్రతి రచనకూ తోడ్పడిన

నా ప్రాణ మిత్రులు, సోదరులు

గిడుగు వేంకట రామమూర్తి గారు

ఈ రచన చేయు సమయములో అనార్యోగంతో విశ్రాంతి

తీసుకుంటూ, నా వద్ద లేనందుకు చింతిస్తూ,

ఆయన అతి త్వరలోనే ఆరోగ్యవంతులవ్వాలని

తల్లి బాసర సరస్వతిని, మువ్వపురి గోపాలున్ని

ప్రార్థిస్తున్నాను.

-నటరాజ

www.ingramcontent.com/pod-product-compliance
Lightning Source LLC
LaVergne TN
LVHW020733230825
819277LV00053B/580
* 9 7 8 1 0 2 1 1 9 6 1 4 9 *